अपयशावर मात

क्षमताप्राप्तीचं रहस्य

बेस्टसेलर पुस्तक 'विचार नियम'चे रचनाकार सरश्री यांची अन्य श्रेष्ठ पुस्तकं

आध्यात्मिक विकास साधण्यासाठी या पुस्तकांचा लाभ घ्यावा

- जीवनाची दोन टोकं – ध्यान आणि धन
- रामायण वनवास रहस्य
- संत ज्ञानेश्वर – समाधी रहस्य आणि जीवन चरित्र
- मृत्यू उपरांत जीवन – मृत्यू मोका की धोका
- क्षमेची जादू – क्षमेचं सामर्थ्य जाणा, सर्व दुःखांपासून मुक्त व्हा
- प्रेम नियम – प्लॅस्टिक प्रेमातून मुक्ती
- आध्यात्मिक उपनिषद – सत्याच्या साक्षीने जन्मलेल्या 24 कथा
- विज्ञान मनाचे – मनाचे बुद्ध कसे बनाल

स्वविकासासाठी या पुस्तकांचा लाभ घ्यावा

- विचार नियम – आपल्या यशाचे रहस्य
- विकास नियम – आत्मसंतुष्टीचं रहस्य
- परिवारासाठी विचार नियम – हॅपी फॅमिलीचे सात सूत्र
- इमोशन्स वर विजय – दुःखद भावना व्यक्त करण्याची कला
- स्वसंवाद एक जादू – आपला रिमोट कंट्रोल कसा प्राप्त करावा
- साहसी जीवन कसं जगाल – अशक्य कार्य शक्य कसं कराल
- समग्र लोकव्यवहार – मैत्री आणि नातं निभावण्याची कला
- सुखी जीवनाचे पासवर्ड – दुःख, अशांती आणि उद्विग्नतेच्या कैदेतून सुखाला करा मुक्त
- जीवनाची 5 महान रहस्य – प्रेम, आनंद, मौन, समृद्धी आणि परमेश्वर प्राप्तीचा मार्ग
- वर्तमान एक जादू – उज्ज्वल भविष्याची निर्मिती आणि प्रत्येक समस्येवरील उपाय

युवकांनी या पुस्तकांचा लाभ घ्यावा

- आजच्या युवा पिढीसाठी – विचार नियम फॉर युथ
- नींव नाइन्टी फॉर टीन्स् – बेस्ट कसे बनाल
- श्रीरामांकडून काय शिकाल – नवरामायण फॉर टीन्स्

या पुस्तकाद्वारे प्रत्येक समस्येचं समाधान प्राप्त करा

- स्वाथ्य प्राप्तीसाठी विचार नियम – मनःशक्तीद्वारे निरामय आरोग्य मिळवा
- स्वीकाराची जादू – त्वरित आनंद कसा प्राप्त करावा

या आध्यात्मिक कादंबऱ्यांद्वारे जीवनाचं गूढ रहस्य जाणा

- योग्य कर्मांद्वारे यशप्राप्ती – सन ऑफ बुद्धा
- शोध स्वतःचा – हरक्युलिसचा आंतरिक प्रवास
- पृथ्वी लक्ष्य – मृत्यूचं महासत्य
- दुःखात खुश राहण्याची कला – संवाद गीता

अपयशावर मात
क्षमताप्राप्तीचं रहस्य

HOW TO FACE FAILURE SUCCESSFULLY

बेस्टसेलर पुस्तक '**विचार नियम**'चे रचनाकार
सरश्री
यांच्या मार्गदर्शनावर आधारित
Based on the teaching's of Sirshree

अपयशावर मात - क्षमताप्राप्तीचं रहस्य

© Tejgyan Global Foundation

All Rights Reserved 2017.
Tejgyan Global Foundation is a charitable organization having its headquarters in Pune, India.

सर्वाधिकार सुरक्षित

'वॉव पब्लिशिंग्ज् प्रा. लि.'द्वारे प्रकाशित हे पुस्तक अशा अटीवर विकण्यात येत आहे, की प्रकाशकाच्या लेखी पूर्वअनुमतीविना ते व्यापाराच्या दृष्टीने अथवा अन्य प्रकारे उसने, भाड्याने अथवा विकत अन्य कोणत्याही प्रकारच्या बांधणीत अथवा अन्य मुखपृष्ठासह देता येणार नाही; तसेच अशाच प्रकारच्या अटी नंतरच्या ग्राहकावर बंधनकारक न करता आणि वर उल्लेखिलेल्या कॉपीराइटपुरत्या मर्यादित न ठेवता या पुस्तकाच्या कोणत्याही स्वरूपाच्या विनिमयास, तसेच कॉपीराइटधारक व वर उल्लेखिलेले प्रकाशक दोघांच्याही लेखी पूर्वअनुमतीविना इलेक्ट्रॉनिक, मेकॅनिकल, फोटोकॉपी, रेकॉर्डिंग इत्यादी प्रकारे या पुस्तकाचा कोणताही अंश पुनःप्रस्तुत करण्यास, जवळ बाळगण्यास अथवा सुधारित स्वरूपात प्रस्तुत करण्यास मनाई आहे.

अनुवादक : तेजज्ञान ग्लोबल फाउंडेशन

प्रकाशक : वॉव पब्लिशिंग्ज् प्रा. लि., पुणे

प्रथम आवृत्ती : फेब्रुवारी २०१७

पुनर्मुद्रण : जून २०१८, सप्टेंबर २०१९

ISBN : 978-81-8415-579-2

'असफलता का मुकाबला' या मूळ हिंदी पुस्तकाचा मराठी अनुवाद. जे सरश्रींच्या मार्गदर्शनावर आधारित आहे.

Apyashavar Mat - Kshamataprapticha Rahasya
by Tejgyan Global Foundation

हे पुस्तक समर्पित आहे, त्या धैर्याच्या धनवानांना
ज्यांनी अपयशाकडे मैलाचा दगड म्हणून पाहिलं.

हे पुस्तक समर्पित आहे, अपयशाला
ज्यामुळे यश साकारलं गेलं.

हे पुस्तक समर्पित आहे, त्या उत्साहाला
ज्याने अपयशाचा सामना करूनही उत्साह कायम ठेवला.

अनुक्रमणिका

प्रस्तावना	सामना – यशाच्या सन्मानाचा आणि अपयशाच्या अपमानाचा	९
	पुस्तक कसं वाचाल	१३
भाग १	लोक काय म्हणतील	१५
भाग २	अपयशावर मात	२५
भाग ३	शारीरिक, मानसिक आणि बौद्धिक क्षमता	३१
भाग ४	छोट्या आशेची मोठी जादू	३७
भाग ५	योग्य निर्णय कसे घ्याल	४५
खंड १	सतत शिकणे हीच यशाची शिकवण	४९
पहिली कहाणी	यशाचा आरंभ–तुमच्यापासूनच!	५१
पहिलं रहस्य	अध्ययन रहस्य	५९
खंड २	अपयशाचा अंत	६९
दुसरी कहाणी	केल्याने होत आहे रे, आधी केलेची पाहिजे	७१
दुसरं रहस्य	शांती रहस्य	७७
खंड ३	यशाचं मर्म– सद्गुणांची जोपासना	८१
तिसरी कहाणी	अमूल्य अपयश	८३
तिसरं रहस्य	गुणसंवर्धन रहस्य	८९

खंड ४	विश्वासाचं बळ, यशाचं फळ	९७
चौथी कहाणी	हारु नका कधीच हिंमत	९९
चौथं रहस्य	विश्वसनीयता रहस्य	१०७
खंड ५	समज साकार, यशाचा पुरस्कार	११७
पाचवी कहाणी	सजगतेची भरारी	११९
पाचवं रहस्य	प्रज्ञा रहस्य	१२५
	असामान्य यश कसं प्राप्त कराल प्रश्नोत्तर सत्र	१३१
	अंतिम यश आध्यात्मिक क्षमता कशी वाढवाल	१३९
प्रेरक खंड	अपयशाचा सामना करणारे लोक कसे जगतात	१४५
१	प्रेरणादायी जीवन	१४७
२	ज्ञानापेक्षा श्रेष्ठ – कल्पना	१४९
३	अढळ निश्चय	१५३
४	इच्छा तेथे मार्ग	१५७
५	कठीण परिस्थितीतही हसत राहा	१६३
६	संयम, विश्वास आणि समर्पण	१६९
	शेष भाग	१७५–१८४

सामना - यशाच्या सन्मानाचा आणि अपयशाच्या अपमानाचा

सक्षम कोण

> [तुम्ही जर अपयशी होण्याचा आनंद लुटत नसाल, तर यश मिळाल्यानंतरची जबाबदारी कशी बरं घेऊ शकाल?]

ही कथा आहे, यशस्वी जीवन आणि अपयश यांमध्ये दडलेल्या रहस्यांची... खूप वर्षांपूर्वी आर्य संस्कृतीतील काही लोकांचा ताफा जगाच्या सफरीवर निघाला. या दीर्घ प्रवासातील पहिला टप्पा पूर्ण करून सुमारे १०० लोकांचा एक गट पुढच्या सफरीसाठी सज्ज होऊ लागला. इतक्यात, त्यांच्यापैकी एकानं आपल्यासोबत असणाऱ्या लोकांची गणती सुरू केली. हे पाहून त्या ताफ्याच्या एका व्यवस्थापकानं त्याला हटकलं, 'आम्हाला कोणतीही पूर्वकल्पना न देता, चर्चा न करता, तू हे नवीन काम का बरं सुरू केलंस? खरंतर आपल्याला अशी गणती करण्याची मुळीच गरज नाही.'

मग त्यानं शांतपणे व्यवस्थापकांनी सांगितलेलं काम करायला सुरुवात केली. पण ते काम हातावेगळं करून तो पुन्हा लोकांची गणती करू लागला. थोड्याच वेळात त्यानं ही मोजदाद पूर्ण करून आपल्या गटप्रमुखाला, संघनायकाला आकडेवारीदेखील सांगितली. पण संघातील एकूण सदस्यसंख्या ऐकून संघनायक संभ्रमात पडला. त्यानं ताफ्यातील सर्व सदस्यांना एकत्र बोलावलं. 'आपल्या ताफ्यात आजपासून १०० नाही

तर चक्क ११८ सदस्य आहेत', अशी आनंदाची बातमी त्यानं सर्वांना सांगितली. हे ऐकून सर्वजण आश्चर्यचकित झाले. 'अरे बापरे! येताना आपल्याबरोबर शंभरच लोक होते. मग ताफ्यात हे नवीन १८ लोक कुठून आले बरं...?' त्यांच्या मनात एकाच वेळी कुतूहल आणि साशंकता निर्माण झाली. 'या नवीन लोकांनी आपल्या संघात प्रवेश करण्यासाठी कोणाची परवानगी घेतली असेल...? अचानक हे लोक आपल्या ताफ्यात कसे येऊ शकतात...?' अशा प्रकारे ताफ्यातल्या चर्चेला जणू उधाणच आलं. इतक्यात गणती करणाऱ्या 'सक्षम' नावाच्या सदस्यानं सर्वांना शांत राहण्याची विनंती केली.

वास्तविक, 'सक्षम'नं जी वस्तुस्थिती सांगितली, त्यामुळे मानवजातीच्या उत्थानाची, विकासाची अनेक रहस्यं प्रकाशात येतात. सक्षम म्हणाला, 'या नव्या १८ लोकांच्या आगमनामुळे आपल्या ताफ्याची प्रगतीच झाली आहे.

त्याच्या या बोलण्यावर संघनायकानं आश्चर्यचकित होऊन सक्षमला विचारलं, 'या लोकांमध्ये कोणती खास बाब आहे?' यावर सक्षम म्हणाला, 'हे सर्व असामान्य लोक आहेत. मी त्यांच्या विशेष गुणांची यादीच बनवली आहे. ती ऐकलीत तर तुम्हाला त्यांची महानता चटकन उमजेल.' सक्षमने सर्व सदस्यांच्या गुणवैशिष्ट्यांची माहिती असणारी यादी पुढीलप्रमाणे दिलेली होती-

१. पहारेकरी – चेतना

२. शास्त्री – शांती

३. संगीतकार – बंधुभाव

४. अभियंता – एकाग्रता

५. वैद्य – विश्वास

६. शिल्पकार – मनाची शुद्धता

७. प्रकाशक – प्रेरणा

८. माळी – मानवता (प्रेम)

९. वकील – विनयशीलता

१०. शिक्षक – उत्साह, ऊर्जा

११. शिपाई – साहस

१२. न्यायाधीश - निर्णयक्षमता

१३. रत्नपारखी - जिज्ञासा (आश्चर्य)

१४. आविष्कारक - आनंद

१५. धोबी - धैर्य

१६. समीक्षक - सकारात्मक सृजनशीलता

१७. सराफ (बँकर) - संवेदनशीलता

१८. शेतकरी - क्षमता

'खरंतर, या १८ व्यावसायिकांमुळे आपलं जीवन समृद्ध झालं आहे. आपल्या यात्रेत सहभागी झालेले हेच ते १८ जण आहेत, ज्यांच्यामुळे आपल्या जीवनात अपयशाचा लवलेशही उरलेला नाही,' सक्षम म्हणाला.

त्या नवीन लोकांच्या कौशल्याविषयी समजल्यावर ताफ्यातील सर्वजण निरुत्तर झाले.

मनुष्याला प्रत्येक वेळी अपयशानंतरच यशाची प्राप्ती होते का? या यशाचं रहस्य नेमकं आहे तरी काय? वास्तविक यशापयशाच्या या खेळापलीकडे अनेक रहस्यं तुमची वाट पाहतायत. पण या रहस्यांमधून नक्की काय उलगडणार आहे, हे मनुष्याला ठाऊक नसतं. अगदी रोज घडणाऱ्या घटनांविषयीदेखील तो अनभिज्ञ असतो. अशा वेळी त्याला कधी यश मिळतं, तर कधी अनपेक्षितपणे अपयशाला सामोरं जावं लागतं. पण या यशापयशाच्या खेळातून मनुष्याला काही शिकण्यासारखं आहे का? होय, नक्कीच! या खेळातूनच स्वतःची 'क्षमता वृद्धिंगत करण्याची कला' त्याला शिकता येते.

या पुस्तकात अपयशाचा सामना करण्याची आणि त्याचा आनंद घेण्यासाठी काही रहस्यं सांगितली आहेत. ही रहस्यं समजून घेतल्यानंतर तुमची पात्रता निश्चितच वृद्धिंगत होईल. त्याचबरोबर दैनंदिन जीवनातील यश-अपयशाच्या पलीकडे असणाऱ्या सर्वोच्च सफलतेचं रहस्यही तुमच्यासमोर उलगडेल. यालाच 'गुणवत्ता रहस्य' असं संबोधण्यात आलंय.

ही रहस्यं मनुष्याचं वय, आरोग्य, नातेसंबंध, आर्थिक स्थिती या सर्व गोष्टींशी संबंधित असतात. हा विषय सविस्तर समजून घेण्यासाठी प्रस्तुत पुस्तक तुम्ही पहिल्यापासून

वाचायला हवं. शिवाय, प्रत्येक रहस्याचा बारकाईनं अभ्यासही करा.

आज या जगातील अनेक लोक, अपयशाचं ग्रहण लागलेलं, अंधकारमय जीवन कसंबसं कंठत आहेत. कारण या अपयशामुळेच त्यांच्या नातेसंबंधांमध्ये दुरावा निर्माण होतो आणि परस्परांमध्ये वादविवाद होत राहतात. थोडक्यात अपयशाच्या वादळानं त्यांचं संपूर्ण जीवनच उद्ध्वस्त होतं. पण अपयशाच्या या भोवऱ्यातून मुक्ती मिळवण्यासाठी प्रस्तुत पुस्तकात पाच गुणवत्ता रहस्यं सांगण्यात आलीत. ती जाणून घेतल्यावर तुमची यश मिळवण्याची योग्यता निश्चितच वाढेल. इतकंच नव्हे, तर तुमचा आत्मविश्वासही अठरा पटीनं वाढेल, यात शंकाच नाही.

ही पात्रता वाढवण्याची रहस्यं केवळ यशप्राप्तीच्या मार्गातच नव्हे, तर तुमच्या दैनंदिन जीवनातही अत्यंत महत्त्वाची आहेत. त्यामुळेच प्रत्येक रहस्य लक्षपूर्वक वाचून अपयशाचा सामना यशस्वीरीत्या करा. त्याचप्रमाणे सामाजिक आणि आध्यात्मिक जीवनातही सर्वोच्च, अंतिम सफलता प्राप्त करा.

...सरश्री

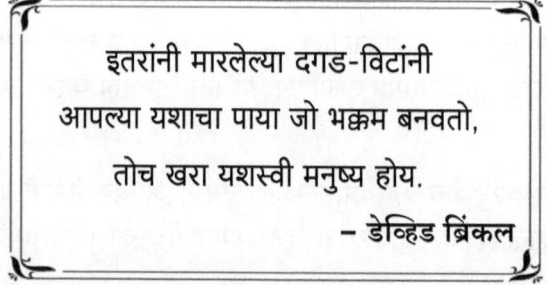

इतरांनी मारलेल्या दगड-विटांनी
आपल्या यशाचा पाया जो भक्कम बनवतो,
तोच खरा यशस्वी मनुष्य होय.
– डेव्हिड ब्रिंकल

पुस्तक कसं वाचाल

> तुम्ही एकोणीस वेळा अपयशी झाल्यानंतर यशस्वी झाला असाल, तर याचाच अर्थ, तुम्ही आजवर एकूण वीस वेळा यश प्राप्त केलंय. या वीस वेळा प्राप्त केलेल्या यशाबद्दल तुमचं हार्दिक अभिनंदन!

अपयशामुळे निराश झालेल्या लोकांसाठी हे पुस्तक म्हणजे जणू नवसंजीवनीच ठरेल. कारण यात अपयशाचा खरा अर्थ समजावून सांगितलाय. शिवाय, त्याचा सामना करण्याचं बळही हे पुस्तक तुम्हाला देतं. प्रस्तुत पुस्तकातील सत्य घटना वाचून तुमच्या अंतर्यामी असणारी सुप्त शक्ती जागृत होईल. म्हणून पुस्तकाचा संपूर्ण लाभ घेण्यासाठी खालील सात पावलांवर वाटचाल करा.

१. प्रस्तुत पुस्तकाची विभागणी पाच खंडांमध्ये करण्यात आली आहे. शिवाय प्रत्येक खंडाची मांडणी स्वतंत्र आहे.

२. पुस्तकाच्या आरंभी 'लोक काय म्हणतील' या भीतीतून मुक्त होण्यासाठी मार्गदर्शन करण्यात आलंय. ते आपल्याला ग्रहणशील बनवून पाच योग्यता रहस्यं आपल्यासमोर उलगडतील. म्हणून हे आधी वाचा.

३. या पुस्तकात प्रत्येक खंडात दोन भाग आहेत. त्यांपैकी पहिल्या भागात सांकेतिक

आणि प्रेरणादायी कथेचा समावेश असून दुसऱ्या भागात तुमची योग्यता वृद्धिंगत करण्याचं रहस्य उलगडण्यात आलंय.

४. वाचकांनी प्रत्येक खंड वाचताना कृपया दोन्ही भाग वाचावेत.

५. प्रस्तुत पुस्तकाचं वैशिष्ट्य म्हणजे, प्रत्येक खंडात पक्षवाक्य, महाअनुवाद, स्वसंवाद आणि मनन प्रश्न दिले आहेत, ज्यामुळे आपण ही रहस्य नेहमी स्मरणात ठेवू शकाल.

६. पुस्तकाच्या शेवटी 'प्रज्ञारहस्य' उलगडण्यात आलंय. या रहस्याच्या साहाय्यानं तुम्ही यश-अपयशाच्या पलीकडे असणारं सर्वोच्च यश प्राप्त करू शकाल. त्याचबरोबर विश्वकल्याणाच्या कार्यासाठी सिद्ध व्हाल.

७. प्रस्तुक पुस्तक पूर्ण वाचल्यानंतर तुमच्यात किती गुणांचा अंतर्भाव झाला, हे पडताळून बघा.

भाग १

लोक काय म्हणतील...

अपयश हीच यशाची पहिली पायरी

> प्रत्येक कलाकाराच्या यशाचं रहस्य म्हणजे, 'अभ्यास',
> प्रत्येक अयशस्वी मनुष्याच्या अपयशाचं रहस्य म्हणजे 'आळस'

भारताच्या शोधार्थ निघालेल्या कोलंबसनं लोकांच्या बोलण्याकडे लक्ष दिलं असतं, तर अमेरिकेचा शोध लागला असता का? कधी काळी लुप्त असलेल्या या देशानं आता मात्र अवघ्या जगाचं लक्ष वेधून घेतलंय.

'हा लंबू फिल्म इंडस्ट्रीत हिरो कसा बनेल?' असं म्हणून सुप्रसिद्ध चित्रपट अभिनेता अमिताभ बच्चन याला सतत हिणवलं जायचं. परंतु त्याने लोकांच्या टीकेकडे पूर्णपणे दुर्लक्ष केलं. अन्यथा आज चित्रपटसृष्टी एका महान कलाकाराला मुकली असती.

'व्यावसायिक गायकी हा काही पोरखेळ नव्हे' अशी अपमानास्पद टिप्पणी लता मंगेशकर यांच्या कारकिर्दीच्या सुरुवातीच्या काळात लोक करत असत. परंतु लोकांचं म्हणणं त्यांनी फारसं मनावर घेतलं नाही. म्हणून तर आज संपूर्ण विश्व गानकोकिळेच्या मधुर स्वरांचा आनंद घेतंय.

'माणसाला पक्ष्यांप्रमाणे कसं उडता येईल... केवळ पक्षीच उडू शकतात, माणसाला ते कदापि शक्य नाही... ही तर केवळ शेखचिल्ली कल्पना आहे...' असं म्हणून विमानाचा शोध लावणाऱ्या राइट बंधूंना नाउमेद करण्याचा प्रयत्न कित्येक लोकांनी केला. परंतु लोकांच्या प्रतिक्रियेला न जुमानता त्यांनी आपलं संशोधन चालूच ठेवलं. म्हणून विमानाचा शोध पूर्ण झाला.

सुधा चंद्रन या प्रसिद्ध नृत्यांगनेला एका अपघातात एक पाय गमवावा लागला. त्यानंतर लोकांनी त्यांना कायमस्वरूपी नृत्य बंद करण्याचा सल्ला दिला. परंतु लोकांच्या सल्ल्याकडे काणाडोळा करून त्यांनी कृत्रिम पाय बसवून घेतला. शिवाय अपार जिद्दीच्या, निरंतर अभ्यासाच्या जोरावर नृत्यकलेत अलौकिक यश संपादन केलं. पाय असो वा नसो, त्याने नृत्य करण्यात कोणताही अडथळा येत नाही, हेच जणू त्यांनी जगाला दाखवून दिलं.

'बस चालवणं तुमचं काम नाही' अशा शब्दांत पहिल्या महिला बस ड्रायव्हरची अवहेलना केली गेली. परंतु न डगमगता तिनं ठरवलेल्या कार्याला सुरुवात केली, जी पुढे कित्येक महिलांसाठी आदर्श उदाहरण ठरली. तुम्हीदेखील अशा प्रकारे निर्भयतेची मशाल हाती घेऊन यशाच्या दिशेनं मार्गक्रमण करू शकता.

या सर्व उदाहरणांवरून एकच गोष्ट प्रामुख्यानं निदर्शनास येते, ती म्हणजे या लोकांनी अपयशाचं भय बाळगून हाती घेतलेलं काम कधीही बंद केलं नाही. अपयशाचं खापर कुणाच्या माथ्यावर फोडलं नाही. उलट प्रतिकूल परिस्थितीतही घाबरून न जाता असामान्य यश प्राप्त केलं आणि ते इतरांसाठी प्रेरणा बनले. याचं कारण एकच, ते म्हणजे त्यांनी अचूकपणे आणि साहसपूर्ण घेतलेला निर्णय! त्यांनी दिखाऊ अपयशाकडे केलेलं दुर्लक्ष आणि त्यांची निर्भय निवडच त्यांना यशोशिखराकडे घेऊन गेली.

अशा प्रकारे आपल्या लक्ष्यपूर्तीचा निर्धार पक्का असेल, तर मनुष्य कोणतेही बहाणे न देता सफलतेचं गीत गातो. अन्यथा, 'मला तर खूप काही करायचं होतं. पण त्यासाठी कोणी प्रोत्साहनच दिलं नाही... तुला हे जमणार नाही... तू हे करू शकणार नाहीस, असं म्हणून मला नाउमेद केलं... मग मी हताश होऊन सारे प्रयत्न सोडून दिले' अशी रडगाणीच अनेकजण गात बसतात.

बरेचजण ज्योतिषांच्या नादी लागून, 'माझ्या जीवनात अमुक-अमुक गोष्टी होणार आहेत... माझ्या नशिबात अमुक गोष्टी नाहीतच... मी दुर्दैवी आहे...' अशी स्वतःची

ठाम समजूत करून घेतात. मग त्यांचं विचारचक्रदेखील त्याच दिशेनं फिरत राहतं. परिणामी तशाच गोष्टी त्यांच्या जीवनात आकृष्ट होतात. अशा प्रकारे ते स्वतःच आपल्या पायांवर कुऱ्हाड मारून घेतात.

काही वर्षांपूर्वी एक प्रयोग करण्यात आला. सुप्रसिद्ध चित्रपट अभिनेते अमिताभ बच्चन यांची जन्मकुंडली वेगवेगळ्या नावानं चार ज्योतिषांना दाखवली गेली. तेव्हा चारही ज्योतिषांनी वेगवेगळं भविष्य वर्तवलं. एकजण म्हणाला, ''हा माणूस चित्रपटसृष्टीत यश प्राप्त करू शकणार नाही.'' दुसरा म्हणाला, ''यानं एखाद्या व्यवसायात उतरायला हवं.'' तिसरा म्हणाला, ''चित्रपटसृष्टीतच कार्य करायचंय, तर फिल्म मार्केटिंगमध्ये नशीब अजमवायला हवं.'' परंतु वस्तुस्थिती तुम्हाला ठाऊकच आहे. तात्पर्य, स्वतःचं भविष्य घडवणारे सर्वांत मोठे ज्योतिषी तुम्हीच आहात, हे लक्षात ठेवा.

समाजात वायफळ बडबड करणारे अनेक लोक आहेत. हे तथाकथित ज्ञानी, काम कमी आणि बडबडच जास्त करतात. कारण ते स्वतःही काही करत नाहीत आणि दुसरा एखादा चांगलं काही करत असेल, तर 'हे अशक्य आहे... खूप कठीण आहे... हे होऊ शकणार नाही...' असं म्हणून मनोबल खच्ची करतात.जणू लोकांना भयभीत करणं हेच यांचं काम असतं. तुम्ही अशा लोकांच्या मताला किंमत देऊ नका. लक्षात घ्या, तुम्ही कुठल्याही प्रसिद्धीच्या झोतात नसला तरीही तुमचं भविष्य सुंदर बनू शकतं, यश मिळू शकतं. मात्र यश प्राप्त करण्यासाठी तुम्ही सुपरस्टार असण्याची गरजही नसतेच. आहे ना गुड न्यूज!

आपलं भविष्य सुंदर कसं बनेल? तर त्यासाठी तुम्ही वर्तमानात राहून हृदयाचं मार्गदर्शन घ्यायला हवं. बाह्य परिस्थितीत 'हे शक्य नाही', असं वाटेलही कदाचित; परंतु काहीही झालं, तरी वर्तमानात सर्वोत्तम प्रतीच बीज रुजवण्याचं कार्य तुम्हालाच करायचं आहे. त्यासाठी वर्तमानात तुम्ही जे काही कार्य करताय, त्यामध्ये तुमचं सर्वोत्कृष्ट, शंभर टक्के योगदान द्या. एखादी परीक्षा द्यायची असेल, तर त्यासाठी आत्ता, वर्तमानात कसून अभ्यास करा. एखाद्या कार्यक्रमाची जबाबदारी घेतली असेल, तर ती पूर्णपणे पार पाडा. तुम्ही तुमच्या बाजूनं वर्तमानात सर्वोत्कृष्ट दिलं, त्यात कसलीही कसर ठेवली नाही, तर भविष्य स्वतःच आपली काळजी घेईल.

तुम्ही जर हृदयातून मिळणाऱ्या मार्गदर्शनाचं अनुकरण केलंत, तर सहजतेनं यश प्राप्त होईल. मग तुम्ही कोणतेही बहाणे न देता यशप्राप्तीचं गीत गुणगुणाल–

> 'हम होंगे कामयाब, हम होंगे कामयाब,
> हम होंगे कामयाब बहुत जल्द... हो... हो...
> मन में है विश्वास, पूरा है विश्वास,
> हम होंगे कामयाब जल्द ही।'

तुम्हाला सहजतेनं यश मिळत नसेल, तर तुम्ही त्याच्या दुप्पट जिद्दी व्हा. योग्य समज आणि कठोर परिश्रम यांच्या बळावर तुम्ही तुमचं भविष्य सुंदर बनवू शकता. ही कला वर्तमानातच शिकायला मिळते. कारण उज्ज्वल भविष्यापर्यंत पोहोचण्याचा मार्ग वर्तमानातूनच जातो.

अभय होण्याचे सात उपाय

संपूर्ण सफलता प्राप्त करण्यात सर्वांत मुख्य अडथळा म्हणजे 'भय...' 'लोक काय म्हणतील' याची भीती. या भीतीमुळे माणूस मोकळेपणानं जीवन जगू शकत नाही. केवळ भयामुळेच माणूस आपल्यातील सुप्त शक्ती प्रकट करण्यापासून वंचित राहतो. म्हणून कधीही भयभीत होऊन जगू नका, भित्र्या लोकांच्या बोलण्याला बळी पडू नका. तसंच, अपयशाच्या भीतीनं प्रयत्न करणंही थांबवू नका. खरंतर, तुम्ही प्रयत्न करणं थांबवता तेव्हाच अपयशी होता. मात्र जोवर तुमचे प्रयत्न चालू आहेत, तोवर तुम्ही कधीच अपयशी होऊ शकणार नाही. जे लोक लता मंगेशकर, अमिताभ बच्चन यांच्याविषयी उलट-सुलट बोलू शकतात, ते तुमच्याविषयीही नकारात्मक बोलणारच ना! पण लोकांचं ते बोलणं फारसं मनावर न घेता तुमचे प्रयत्न सतत सुरू ठेवा. आता आपण अशा प्रकारच्या भयांपासून मुक्त होण्यासाठीचे सात उपाय जाणून घेऊ या.

१. लोक काहीतरी म्हणतच राहतील, तरीदेखील...

तुम्ही जेव्हा एखादं नवीन काम हाती घेता, तेव्हा त्याविषयी मनामध्ये थोडी भीती निर्माण होणं साहजिक आहे. अशा वेळी, 'मला भीती का वाटतेय... अशी भीती वाटायला नको होती...', असा विचार करणं, ही आपल्या मनाची सवय आहे, जी चुकीची आहे. कुठल्याही कार्यात काही ना काही अटी लादणं, कारणं देणं ही मनाची वाईट सवय आहे. आपल्याला याच मनाला, कोणत्याही कारणांशिवाय यशस्वी होण्याचं प्रशिक्षण द्यायचं आहे. त्यासाठी तुम्हाला 'तरीदेखील' हे शब्द लक्षात ठेवायचे आहेत. भीती वाटत असतानाही जितकं कार्य तुम्ही करू शकता, तितकं करायचंच आहे. अशा वेळी मनाला सांगायचं, 'तुला जितकं शक्य आहे, तितकं तू करून दाखव. या कार्याची भीती वाटत

असली, तरीदेखील तू ते करण्यासाठी दोन पावलं नक्कीच उचलू शकतोस ना?' अशा प्रसंगी मन जर राजी झालं तर लगेच कार्याला सुरुवात करा आणि जर नकार आला, तर मनाची चलाखी ओळखून त्वरित सजग व्हा.

जगात आजपर्यंत ज्या लोकांनी महान यश संपादन केलंय, त्यांच्या मनातदेखील प्रत्येक मोठं यश मिळण्यापूर्वी भीतीची भावना होती. तरीदेखील त्यांनी त्यावर मात करून निर्धारानं आपली वाटचाल सुरू ठेवली. म्हणूनच ते यशस्वी झाले. यासाठीच तुमच्या मनात भयाची भावना प्रबळ होताच शक्य तितकं कार्य करायचं आहे, पुढे जायचं आहे.

२. **लोक तर बोलतीलच पण तरी तुम्ही भीतीला सामोरं जा.**

प्रत्येक मनुष्यात आवश्यक आणि अनावश्यक असं दोन्ही प्रकारचं भय निसर्गानं निर्माण केलं आहे, जे वेळेनुसार आणि परिस्थितीनुसार कमी-जास्त होत राहतं. या भयातून मुक्त होण्याचा सर्वोत्तम मार्ग म्हणजे, आपल्याला जे कार्य करण्याची भीती वाटते, ते सर्वांत आधी करायचं. त्यासाठी त्या सर्वांची एक यादी बनवा आणि मग त्या यादीनुसार एकेक कार्य करण्याचा प्रयोग करून पाहा. जसं, स्टेजवर बोलण्याची भीती, वेळेआधी काम संपवण्याची भीती, कुत्र्यांशी खेळण्याची भीती, अनोळखी लोकांशी बोलण्याची भीती, उंच ठिकाणावर जाण्याची भीती, शिक्षकांना प्रश्न विचारण्याची भीती, एखाद्याचा मृत्यू झाल्यावर अंत्यदर्शनाला जाण्याची भीती अशा अनेक प्रकारच्या भयांचा समावेश होऊ शकतो.

त्याचप्रमाणे, आपल्या भीतीला सामोरं जात असताना आणखी एक यादी बनवा. ती म्हणजे, जे-जे कार्य केल्यानंतर तुम्हाला यशप्राप्तीचा अनुभव मिळाला, असे यशप्राप्तीचे अनुभव स्मरणात ठेवल्यानं तुमच्यातील आत्मविश्वास वृद्धिंगत होऊन तीच भावना तुम्हाला कठीण कार्य करण्यासाठी प्रेरित करेल. अशा निरंतर अभ्यासानं तुमच्यामध्ये पुरेसं साहस, दृढ विश्वास आणि पक्का निश्चय विकसित होऊ लागेल.

३. **स्वयंसूचना तंत्र**

लोक तुम्हाला काय म्हणतात, याकडे नेहमी दुर्लक्ष करा. मग, अशा वेळी तुम्ही स्वतःशी काय बोलायला हवं, हे समजून घ्या.

त्यासाठी दररोज रात्री झोपताना स्वतःला काही सूचना द्या. या स्वयंसूचना तुमच्या मनात दडलेली भीती दूर करण्यासाठी मदत करतील.

१. 'मी साहसी आहे, कारण माझी तिच्याशी मैत्री झालीय.'
२. 'मी ईश्वरीय संपत्ती आहे, म्हणून कोणतंही अपयश मला स्पर्श करू शकत नाही.'
३. 'माझ्या जीवनात चांगले आणि साहसी लोक येत आहेत.'
४. 'दररोज, हरप्रकारे, माझं मन आणि तन सर्वोत्तमाकडे वाटचाल करू लागलंय.'
५. 'मी ईश्वराचा विद्यार्थी आहे, त्यामुळे माझं यश निश्चित आहे.'
६. 'ईश्वराची अनंत शक्ती मला सर्व दिशांनी आणि विविध पद्धतींनी मार्गदर्शन देत आहे.'
७. 'जी समस्या मला मारून टाकत नाही, ती मला आणखी कणखर बनवते.'

या स्वयंसूचनांची पुनरावृत्ती केल्यानं, तुमच्या जीवनात अभय भावनेचा संचार होईल.

४. अपयशाविषयीचं अज्ञान नष्ट करा

मनुष्याला अपयशाविषयी वाटणारं अज्ञानच त्याच्या मनात असुरक्षिततेची भावना निर्माण करतं. बहुतेकांच्या मनामध्ये अपयशाविषयीचं अज्ञान खोलवर रुजलेलं असतं. त्यामुळे यशप्राप्तीच्या काही क्षण आधीदेखील त्यांच्या मनामध्ये नकारात्मक स्वसंवादच सुरू असतो. 'मी अपयशी झालो तर... किती नुकसान होईल... मग लोकांना तोंड कसं दाखवणार?' पण अशा प्रकारच्या अज्ञानामुळेच त्यांना अनेकदा अपयश मिळतं, हे त्यांच्या लक्षातच येत नाही. त्यामुळेच अगदी शरीरहत्या (आत्महत्या) करण्यापर्यंत ते मजल गाठतात.

बऱ्याचदा अपयश आणि शरीरहत्या यांचा परस्परसंबंध असल्याचं आढळून आलंय. परंतु अपयशाविषयीचं अज्ञान दूर झालं, तर शेतकऱ्यांच्याही आत्महत्या थांबवता येतील. गरज आहे ती केवळ त्यांना योग्य समज प्रदान करण्याची. आपण जर तराजूच्या एका पारड्यात जीवन आणि दुसऱ्यात अपयश ठेवलं, तर जीवनाचं पारडंच वजनदार ठरतं. कारण हे मनुष्यजीवन आपल्याला काही गोष्टी शिकण्यासाठीच लाभलंय. त्यामुळे सर्वसाधारण माणूस असो वा शेतकरी... सर्वांनी एकच विचार वारंवार करायचा आहे. तो म्हणजे **'पुढची वाटचाल करणं माझ्यासाठी सुरक्षित आहे आणि ईश्वराचीही तीच इच्छा आहे.'**

यशस्वी मनुष्याचं एक वैशिष्ट्य असतं. ते म्हणजे, तो कधीच नकारात्मक विचारांचं उच्चारण करत नाही. याउलट त्याचे विचार नेहमीच सकारात्मक असतात. त्यामुळेच अपयश आलं, तरी त्याला एक नवी दिशा गवसते आणि एक अत्यंत महत्त्वाचा बोधही मिळतो. तो म्हणजे, **'अपयश ही यशाची पहिली पायरी आहे.'**

अपयशाला असुरक्षित मानून, नवनवीन गोष्टी शिकणं, नवे प्रयोग करणं थांबवू नयेत. प्रत्येक प्रयोग, मग तो यशस्वी होवो अथवा अयशस्वी... यात महत्त्वाचं असतं ते शिकणं. पण अपयशाच्या भीतीनं मनुष्यानं प्रयोग करणंच सोडून दिलं, तर तो शिकणार कसा? प्रयोग म्हणजे मनुष्याच्या जीवनात येणाऱ्या समस्यांवर मात करण्याची रचनात्मक प्रक्रिया असते. या प्रयोगांमुळेच मनुष्य कठीण परिस्थितीतून स्वतःला सावरू शकतो, मार्ग काढू शकतो.

५. **नवविचारांनी घडवा नवं भविष्य**

तुम्हाला जर आजपर्यंत अपयशच मिळालं असेल, तर यापुढेही अपयशच पदरी येईल, हा भ्रम मनातून पूर्णपणे काढून टाका. आधी मिळालेल्या अपयशाचा अनुभव मनात घर करून राहिल्यानं मनुष्याला अपयशाची भीती वाटत राहते आणि नकळतपणे तो वारंवार अपयशच आकर्षित करतो. मात्र आता या दुष्टचक्रातून बाहेर पडायला हवं.

ज्या कार्यातून आपल्याला काहीच फायदा झाला नाही, ते कार्य व्यर्थ गेलं असंच मनुष्याला वाटतं. पण वस्तुस्थिती मात्र तशी नाही. मनुष्यानं केलेल्या कोणत्याही कार्यात त्याला यश लाभो अथवा अपयश, ते कधीच व्यर्थ ठरत नाही. खरंतर प्रत्येक कार्याच्या अनुभवातून त्याला प्रशिक्षणच मिळत असतं. अशाच प्रशिक्षणातून त्याची सर्वोच्च यशाची तयारी होत असते.

६. **अपयशाकडे वैज्ञानिक दृष्टिकोनातून पाहा**

तुम्हाला जर एखाद्या कार्यात अपयश मिळालं असेल, तर तुमची कार्यशैली त्वरित बदला. जुनं कार्य नवीन पद्धतीनं करून पाहिल्याने नवे आविष्कारही होऊ शकतात. कार्य करण्याच्या वेगवेगळ्या पद्धती आजमावल्यानंतरच सर्वोत्कृष्ट पद्धत शोधून काढता येते.

विजेचा शोध लावल्यानंतरच एडिसनना जेव्हा विचारण्यात आलं, "एवढे असंख्य प्रयोग केल्यानंतर तुम्हाला वीजनिर्मिती करण्यात यश मिळालं. पण इतक्या वेळा तुमचे प्रयोग अयशस्वी झाले तेव्हा तुम्हाला नैराश्य आलं नाही का?" त्यावर ते उत्तरले, "एवढे प्रयोग केल्यानंतर बल्ब किंवा वीज प्रकाशित करण्याचा यशस्वी फॉर्म्युला माझ्या

लक्षात आला. पण त्याचवेळी वीज निर्माण न करू शकणारे शेकडो फॉर्म्युले आहेत, हेदेखील शिकायला मिळालं!" अशा प्रकारे एडिसन यांचा अपयशाकडे पाहण्याचा दृष्टिकोन अतिशय अनोखा, वेगळा होता. त्यामुळे स्वतःला आलेल्या अपयशाचं दुःख त्यांना कधीही झालं नाही.

७. होकारात्मक दृष्टिकोन बाळगा

'होकारात्मक' ही भावना इतकी सामर्थ्यशाली आहे, ज्यामुळे अनेक प्रकारचं भय तुमच्यापासून चार हात दूर पळतं. मग भयापासून दूर राहिल्याने यश तुमच्या आणखी निकट येतं. लक्षात ठेवा, निर्भय मन असणारा मनुष्यच यशस्वी होतो. बऱ्याचदा वारंवार प्रयत्न केल्यानंतरही मनुष्याला हवं ते प्राप्त करता येत नाही. अशा वेळी त्याच्या मनात नकारात्मक भावना रुजू लागते. या भावनेमुळे त्याच्या दिशेनं येणाऱ्या गोष्टीदेखील वाटेतच थांबतात. मात्र 'आहे'च्या भावनेमुळे माणूस चुंबक बनतो. कसं ते पाहूया पुढील उदाहरणातून–

एकदा एका माणसाला नोकरी मिळत नव्हती. त्यानं अनेक ठिकाणी अर्ज केले पण त्याला कुठूनही मुलाखतीचं बोलावणं येत नव्हतं. अखेर बऱ्याच प्रयत्नांनी त्याला एके ठिकाणी छोटीशी नोकरी मिळाली. 'काहीच नसण्यापेक्षा ही तरी बरी...' असा विचार करून त्यानं ती नोकरी पत्करली. त्यानंतर थोड्याच दिवसांनी जादूची कांडी फिरावी तसा चमत्कार झाला आणि त्याला इतर ठिकाणांहून मुलाखतीसाठी बोलावणं येऊ लागलं. शिवाय, त्याला चांगल्या नोकरीच्याही ऑफर्स येऊ लागल्या.

असं का घडलं असेल बरं? कारण ती छोटीशी नोकरी मिळाल्यानंतर त्याच्या मनात रुजलेली 'नकारात्मक' भावना नष्ट झाली. आता 'नोकरी आहे' ही भावना त्याच्या मनात दृढ झाली. या 'आहे'च्या भावनेनं तो निश्चिंत झाल्याने, चुंबकाप्रमाणे इतर उत्तम नोकऱ्याही त्याच्या जीवनात आकर्षित होऊ लागल्या.

एकदा एका महिलेला विवाहानंतर बरेच वर्षं मूल होत नव्हतं. तिनं खूप उपाय केले, पण त्याचा काहीच उपयोग झाला नाही. अखेर सर्व उपाय थकल्यावर तिनं एक मूल दत्तक घेतलं. त्यानंतर काही काळानं तिलाही मूल झालं. अशा प्रकारचे किस्से तुम्हीदेखील ऐकलेच असतील. त्यामागचं कारण म्हणजे भावनेतील बदल हेच आहे. मूल दत्तक घेतल्यानंतर त्या महिलेच्या मनात 'होकारात्मक' भावना निर्माण झाली आणि निसर्गानं आपला चमत्कार दाखवला.

आता तुम्ही एक प्रयोग करून पाहा. तुमच्या मित्रांपैकी कोणाला नोकरी मिळत नसेल, तर त्याला दर महिन्याला 'तेरा' रुपये द्या. म्हणजेच त्याचा महिन्याचा पगार असेल 'तेरा' रुपये! 'तेरा रुपये' या शब्दांतून 'हे तेरा रुपये तुझेच आहेत,' अशी भावना निर्माण होईल. थोडक्यात तुमच्या मित्राला त्याच्या स्वतःच्या हक्काचे पैसे मिळाल्यासारखे होईल. परिणामी तुमच्या मित्राच्या मनामध्ये 'माझ्याकडे नोकरी आहे,' अशी भावना निर्माण होईल आणि लवकरच त्याला एक उत्तम नोकरी मिळेल. हा 'तेरा' रुपयांचा चमत्कार पाहायचा असेल, तर तो प्रयोग करून पाहणंच श्रेयस्कर!

अशा प्रकारे, संपूर्ण जगात, ज्यांच्याकडे नोकरी नाही, त्या सर्वांना काम मिळू शकतं आणि त्यामागचं रहस्य आता तुम्ही जाणलंय. निसर्ग कशा प्रकारे देतो... जग कशा प्रकारे चालतं... सर्व घटना कशा घडतात... हे सर्व तुम्हाला ठाऊक झाल्याने निश्चिंत व्हा, निर्भय राहा!

सर्वांनीच ज्याला वेड्यात काढलं, त्या कोलंबसनं अमेरिकेचा शोध लावला आणि तीच अमेरिका आज संपूर्ण जगाचं लक्ष वेधून घेतेय. त्यामुळे 'लोक काय म्हणतील' या भीतीनं तुम्ही प्रयत्न करणं अजिबात थांबवू नका.

भाग २

अपयशावर मात

यस आय कॅन डू इट..

> यशाचं महत्त्वपूर्ण रहस्य म्हणजे
> आत्मविश्वास! आत्मविश्वास प्राप्त
> करण्याचं गमक म्हणजे 'उत्तम तयारी'!
> – आर्थर ॲश

मनुष्य ही परमेश्वराची सर्वांत सुंदर रचना आहे', या वाक्याशी तुम्ही सहमत आहात का? पण अपयशाच्या दरीत कोसळल्यावर, ईश्वराची ही सुंदर रचना अगदीच अगतिक वाटू लागते. मनुष्याला स्वतःचं जीवन व्यर्थ वाटू लागतं. ज्या ध्येयपूर्तीसाठी त्यानं पृथ्वीवर जन्म घेतलाय, त्याचंच त्याला विस्मरण घडतं. पण, तुम्हाला जे अमूल्य जीवन लाभलंय, ते 'यश-अपयशा'च्या तराजूवर तोलून वाया घालवण्यासाठी मुळीच नाहीये. किंबहुना प्रत्येक परिस्थितीला, अगदी अपयशालाही शिडी बनवून सदैव पुढे जाण्यासाठीच तुम्हाला मनुष्यजन्म लाभलाय. पण कदाचित तुमच्या मनात शंका असेल, 'हे कसं शक्य आहे? कारण यश मिळताच माणसाला आनंद होतो. मात्र अपयश पदरी पडताच त्याला कमालीचं दुःख होतं, तो निराश होतो. असं असताना अपयशालाच शिडी कसं बनवता येईल?'

मात्र, या अपयशाचा सामना करण्याचा एक नामी उपाय उपलब्ध आहे. अपयशाच्या रोगावर एक रामबाण औषध आहे, जे त्याला मुळापासून नष्ट करतं. ते म्हणजे, 'क्षमता' होय. मनुष्य स्वतःची क्षमता, पात्रता वृद्धिंगत करून अपयशातून नक्कीच

मुक्त होऊ शकतो. तेव्हा तुम्हीच आता जीवनाचे डॉक्टर बनून जीवन सार्थक करा.

मनुष्य हा असा एकमेव प्राणी आहे, ज्याच्याकडे विचार करण्याची, समजून घेण्याची, सतत शिकण्याची आणि निर्णय घेण्याची क्षमता आहे. या क्षमतांचा पुरेपूर वापर करत तो जीवनाच्या प्रत्येक पैलूचा विकास करून स्वतःची गुणवत्ता नक्कीच वाढवू शकतो. त्यामुळे स्वतःसमोर सातत्यानं नवनवीन ध्येय ठेवणं, या ध्येयपूर्तीसाठी कार्ययोजना आखणं आणि त्यानुसार स्वतःच्या क्षमता वृद्धिंगत करणं, हाच विकासाचा योग्य मार्ग आहे... हाच अपयशावरचा रामबाण उपाय आहे.

गुणवत्ता म्हणजेच क्षमता, पात्रता, सामर्थ्य, योग्यता. या साऱ्या विशेषणांचा अर्थ एकच होतो. तो म्हणजे, 'एखाद्या विशिष्ट ध्येयपूर्तीसाठी तयारी करणं.' आता हीच गोष्ट एका उदाहरणाद्वारे समजून घेऊया.

एक विद्यार्थी लहानपणापासूनच सैन्यदलात भरती होण्याचं स्वप्न पाहात होता. तो जेव्हा लष्करात काम करणाऱ्या लोकांना पाहायचा, तेव्हा त्याला अतिशय आनंद व्हायचा. मग आरशासमोर उभं राहून तो एखाद्या आर्मी ऑफिसरच्या थाटात चालण्याचा, तसंच दिसण्याचा, बोलण्याचा प्रयत्न करायचा. आता जसजसा तो मोठा होत गेला, तसतशी त्यानं आर्मी ऑफिसर बनण्यासाठी आवश्यक असणाऱ्या सर्व गोष्टींची माहिती घेतली. जसं, सैन्यदलात भरती होण्यासाठी कोणकोणत्या लेखी आणि शारीरिक परीक्षा द्याव्या लागतात, लष्करी अधिकारी बनण्यासाठी शारीरिक क्षमतांचं नेमकं महत्त्व काय? आता या आवश्यकतेप्रमाणे त्यानं स्वतःच्या क्षमतांचा विकास करायला सुरुवात केली. नजरेसमोर असणारं निश्चित ध्येय आणि ते प्राप्त करण्यासाठी त्यानं वृद्धिंगत केलेली स्वतःची क्षमता यांमुळे तो सैन्यदलाच्या परीक्षेत पहिल्याच फेरीत उत्तीर्ण झाला.

तात्पर्य- ध्येयपूर्तीसाठी आवश्यक असणाऱ्या सर्व क्षमता विकसित करण्याचा गुण जर तुमच्यामध्ये असेल आणि स्वतःच्या क्षमतांबाबत अजिबात साशंकता नसेल, तर यशश्री स्वतःहून तुम्हाला माळ घालते. जीवनामध्ये कोणतीही बाब प्राप्त करण्याची पहिली अट असते - त्या गोष्टीसाठी पात्र बनणं! थोडक्यात **ज्या गोष्टीसाठी तुम्ही सक्षम बनता, ती तुमच्या जीवनात प्रवेश करतेच.** शिवाय, प्रबळ इच्छाशक्ती आणि आत्मविश्वास या गुणांमुळे तर ती गोष्ट तुमच्या आयुष्यात जलद गतीनं येते.

चला तर मग, अपयशावर मात करण्यासाठी कोणकोणत्या क्षमतांचा, पात्रतांचा विकास करायला हवा, हे आता आपण पाहूया-

पहिली पात्रता- सदैव वर्तमानात राहणं

कोणतीही गोष्ट मिळवण्यासाठी योग्य अशा क्षमतांचा विकास साधण्यापूर्वी सर्वप्रथम तुम्ही वर्तमानात राहण्याची पात्रता आत्मसात करायला हवी. बहुतांश लोक आपल्या जुन्या चुका उगाळत बसतात आणि अपराधबोधाच्या भावनेत जगत भूतकाळातच रेंगाळतात. याउलट काही लोक भविष्याच्या कल्पनारंजनात, दिवास्वप्नात रमतात. थोडक्यात, ते भूत-भविष्यात कोलांटउड्या मारत राहिल्याने वर्तमानातील परिस्थितीवर लक्ष केंद्रित करू शकत नाहीत. परिणामी, अशा लोकांची कार्यक्षमता आणि ऊर्जा विभागली जाते, जेणेकरून ते स्वतःमधील क्षमता पूर्णपणे विकसित करू शकत नाहीत.

विद्यार्थिदशेत असताना अनेकांनी या गोष्टीचा अनुभव घेतलेला असतो. अभ्यास करताना मन इकडे-तिकडे धावू लागताच आपला अभ्यास नीट होत नाही. त्याचप्रमाणे मनुष्य जोपर्यंत भूतकाळ आणि भविष्यकाळाच्या कचाट्यातून सुटत नाही, तोपर्यंत त्याला आजचा, वर्तमानातील गोष्टींचा आनंद घेता येत नाही.

यासाठीच तुम्ही दैनंदिन जीवनातील सर्व कार्य करताना पूर्णपणे वर्तमानात राहायला हवं. ध्यानधारणेच्या मदतीनं भूतकाळ आणि भविष्यकाळ यांमागे धावणाऱ्या तुमच्या मनाला वर्तमानात आणायला हवं. त्यासाठी नियमितपणे ध्यान (मेडिटेशन) करा. आजवर अनेक प्रकारचे ध्यानविधी बनवण्यात आले आहेत. त्यांचा अभ्यास करून मनुष्य आपल्या चंचल मनावर नियंत्रण आणून त्याला वर्तमानात राहायला शिकवू शकतो.

सक्षम बनण्याचं सूत्र

केवळ एखादी गोळी घेऊन कोणत्याही रोगावर इलाज होऊ शकत नाही. त्यासाठी दररोज औषधांचे ठरावीक डोस घ्यावे लागतात. त्याचप्रमाणे, तुम्ही एखादं ध्येय ठरवलंत आणि 'आजच्या आजच मी त्यासाठी पात्र बनेन,' असा विचार केला तर ते शक्य नाही. कोणत्याही गोष्टीची पात्रता अचानक, घाईगडबडीत विकसित करता येत नाही तर सक्षम बनण्यासाठी, स्वतःची गुणवत्ता वाढवण्यासाठी सातत्यपूर्वक प्रयत्न करावे लागतात.

एखादा विद्यार्थी वर्षभर अभ्यास करत नाही आणि परीक्षा जवळ येताच तो रात्रंदिवस अभ्यास करू लागतो. 'आता मला उत्तम गुण मिळवायचे आहेत' या तणावाखाली तो अभ्यास करू लागतो. मग, 'छे, हे मी आधीच केलं असतं तर...' किंवा 'पुढच्या वर्षी मी सुरुवातीपासून अभ्यास करेन' असे भूतकाळ आणि भविष्यकाळामध्ये हेलकावे घेणारे विचार त्याच्या मनात डोकावू लागतात. आता विचार करा, हा विद्यार्थी नियमितपणे

अभ्यास करणाऱ्या विद्यार्थ्याएवढे गुण प्राप्त करू शकेल का? नक्कीच नाही! मग काय होईल बरं? तर ऐनवेळचा अभ्यास करताना त्याचं मन बहाणेबाजी करू लागेल, 'माझ्याकडे तेवढी पात्रता मुळातच नाहीये... माझ्याकडून काहीच होऊ शकणार नाही... मी केलेला अभ्यासही माझ्या लक्षात राहत नाहीये... सिलॅबस खूपच टफ आहे...'

थोडक्यात, स्वतःची गुणवत्ता वृद्धिंगत करण्याचं, पात्रता वाढवण्याचं काम खूप आधीपासूनच करायला हवं. कारण, ऐन परीक्षेच्या वेळी अभ्यास करून काय उपयोग! परीक्षा नसेल, तेव्हाच परीक्षेची तयारी सुरू करायला हवी. कोणत्याही पूर्वतयारीशिवाय एखादी व्यक्ती आपल्या ध्येयापर्यंत पोहोचू शकत नाही. मग तो शिवाजी महाराजांसारखा योद्धा असो वा श्रीरामांसारखा महावीर... शिवाजी महाराजांनी काही अचानकपणे मुघलांचे किल्ले ताब्यात घेतले नाहीत, तर त्यांनीदेखील वर्षानुवर्षे त्याची तयारी केली होती. लहानपणापासूनच ते छोट्या-मोठ्या डोंगरांवर चढाई करायचे. खडकाळ जमिनीवर धावण्याचा, दोरीच्या मदतीने डोंगर चढण्याचा सराव त्यांनी आधीच केला होता. खरंतर आरंभी त्यांनाही अपयश आलं असेल. पण हळूहळू त्यांचं शरीर कणखर बनलं, त्यांच्या बाहूत बळ संचारलं. म्हणूनच पुढे ते मोठमोठ्या गडकोटांवर चढाई करू शकले. त्यांच्या उंच भिंतींवरून उड्या मारू शकले. एवढ्या सगळ्या पूर्वतयारीनंतरच ते मुघलांना टक्कर देण्यासाठी सक्षम बनले.

'**थोडं पण आजच**' हे गुणवत्ता प्राप्त करण्याचं, सक्षम बनण्याचं सूत्र आहे. या सूत्राचा सातत्याने वापर केल्यास हळूहळू मनुष्य त्याच्या ध्येयपूर्तीसाठी सक्षम होतो. उदाहरणार्थ, 'मी आज सलग दोन तास बसून अभ्यास करू शकत नाही', असं जर एखादा विद्यार्थी म्हणाला तर त्याला असं सांगायला हवं- 'ठीक आहे. तू दोन तासांऐवजी पंधरा मिनिटं तरी सलग बसून अभ्यास करू शकशील का?' आता तो होकारात्मक उत्तर देईल. अशा प्रकारे, दररोज किमान पंधरा मिनिटांसाठी अभ्यास करण्याची सवय लागल्यावर काही दिवसांनी तो हळूहळू अभ्यासासाठी सलग दोन तासही सहजपणे बसू शकेल. अशाच प्रकारे तुमचं मन जर एखाद्या कार्याविषयी 'हे करण्याएवढी माझी योग्यता नाही,' असं म्हणत असेल, तर त्याला सांगा, 'तुला आज तसं वाटतंय. पण मी हे काम करण्याची पात्रता मिळवणार आहे आणि लवकरच ते यशस्वीरीत्या करूनही दाखवणार आहे.' अशा प्रकारे तुम्ही जर योग्य प्रार्थना करत असाल, त्याचबरोबर नियमितपणे 'थोडं पण आजच' या नियमानुसार कर्म करत असाल, तर तुमची गुणवत्ता नक्कीच वाढेल.

गुणवत्ता वृद्धिंगत करण्यासाठी 'प्रार्थना'

मनुष्यानं स्वतःच्या क्षमता वृद्धिंगत करणं, हाच अपयशावर मात करण्याचा नामी उपाय आहे. प्रार्थना केल्याने तुम्हाला जे गुण आत्मसात करायचे आहेत, त्यासाठी तुम्ही ग्रहणशील बनता. प्रार्थनेत प्रत्येक समस्येवरील उपाय दडलेला असतो. प्रार्थनेमुळे सर्व प्रकारच्या तणावातून मुक्ती मिळते. रोगातून मुक्ती, स्वास्थ्यप्राप्ती आणि यशप्राप्ती या सर्व गोष्टी मिळवण्याचा नामी उपाय म्हणजे, 'प्रार्थना' होय.

आपण पाहतो, पाण्याचं तापमान जेव्हा शून्य अंश सेल्सिअसच्या खाली जातं, तेव्हा त्याचा बर्फ बनतो आणि तेच पाणी जेव्हा शंभर अंशापर्यंत उकळलं जातं तेव्हा त्याची वाफ होते. परंतु पाणी हेच बर्फाचं आणि वाफेचंही मूळ रूप असतं. पाण्याचं तापमान कमी जास्त करून त्याचं रूपांतरण करता येतं. पाण्याच्या बाबतीत जे शक्य आहे, तेच यशाच्या बाबतीतही शक्य आहे. मनुष्याच्या विचारांना योग्य दिशा, दमदार ध्येय आणि सर्वोच्च मार्गदर्शन लाभताच अपयशाचं रूपांतरण यशात होऊ शकतं. जगात असे अनेक लोक आहेत, ज्यांनी अपयशाचा सामना करताना अशक्यप्राय कार्य सहजशक्य करून दाखवली. यामागील मुख्य कारण म्हणजे त्यांनी योग्य प्रकारे केलेली प्रार्थना!

आता शरीर शिथील करून 'हेल्प... हेल्प... हेल्प...' हा छोटासा शब्द पुनःपुन्हा उच्चारा. हा शब्द तुम्ही सुरातालातही म्हणू शकता. कारण तुमचं अंतर्मन सूर, ताल, लय या गोष्टींमुळे लवकरात लवकर ट्युन्ड् होतं, त्याचा सर्वोत्तम गोष्टींशी ताळमेळ साधला जातो. प्रार्थना करताना सर्वांत महत्त्वाच्या असतात, त्या तुमच्या भावना! हळूहळू, प्रेमानं, तालासुरात, संपूर्णपणे समर्पित भावनेनं गुणगुणत 'हेल्प... हेल्प... हेल्प...' अशी प्रार्थना करा.

'हे ईश्वरा, ------ क्षेत्रात यश प्राप्त करण्यासाठी माझ्यात ---- हे गुण वृद्धिंगत व्हावेत. मी त्यासाठी शक्य ते सर्व प्रयत्न करायला तयार आहे. यासाठी मला तू मदत कर... तुला खूप धन्यवाद!'

केवळ सुख-सुविधा प्राप्त करणं म्हणजे यश नव्हे, तर स्वतः मुक्त होऊन इतरांना मुक्त करणं, हेच खरं यश!

भाग ३

शारीरिक, मानसिक आणि बौद्धिक क्षमता

विश्वास हीच खरी शक्ती

> अपयशानं खचून न जाता सातत्यानं प्रयत्न करणाऱ्यांना यशश्री स्वतःहून माळ घालते.
> —भारवि

तुमचं शरीर अथकपणे कार्यरत असतं, हे कधी तुमच्या लक्षात आलंय का? या अखंडपणे परिश्रम करणाऱ्या शरीराकडून तुम्हाला प्रेरणा घ्यावीशी वाटते का? तसं वाटत नसेल तर पुढील बाब समजून घ्या. अगदी जन्म घेतल्यापासून तुमचं शरीर अथकपणे कार्य करत असतं. तुम्ही जागे असा वा झोपलेले, दिवसाचे चोवीस तास तुमचं शरीर तुमच्या सेवेसाठी तत्पर असतं.

या शरीराचं नीट अवलोकन करा. तुमची शारीरिक क्षमता वाढवण्यासाठी प्रथम तुमची शरीर-प्रकृती कशी आहे, हे समजून घ्या. तुमचं शरीर आळसावलेलं, अस्वस्थ आहे की संतुलित? दिवसाच्या कोणत्या वेळेला तुमचं शरीर आणि मन उत्साही, तंदुरुस्त असतं, याचं निरीक्षण करा. कोणत्या वेळी शरीराला ऊर्जेची अधिक गरज भासते… ही ऊर्जा किती, केव्हा, कुठे आणि कशा प्रकारे वापरली जाते… कधी आणि कोणत्या कामासाठी बौद्धिक क्षमतेचा वापर करावा लागतो… या सर्व गोष्टी समजून घ्या. मग, संतुलित व्यायाम, आहार, कर्म आणि विश्रांती यांचा योग्य ताळमेळ साधत तुमची

शारीरिक क्षमता वाढवा. कारण उत्तम क्षमता असलेलं शरीर तुम्हाला इतर गोष्टी मिळवण्यात साहाय्य करेल.

तुमचं मन आणि बुद्धी यांना जोवर प्रशिक्षण मिळत नाही, तोवर सुदृढ शरीरही चांगलं कार्य करू शकत नाही. तुमचं मन जर खूप चंचल असेल आणि बुद्धी एखाद्या गोष्टीचा विचार करण्याचाही आळस करत असेल, तर तुमच्या गुणवत्तेत, पात्रतेत वाढ होऊ शकणार नाही. मात्र ध्यानधारणा, सखोल मननाद्वारे मन आणि बुद्धीची क्षमता वृद्धिंगत करता येते. मनन केल्याने कोणताही विषय सखोलपणे समजून घेता येतो. तसंच त्या विषयाचे सूक्ष्म पैलू समजून घेण्याचं नैपुण्यही प्राप्त होतं. अशा प्रकारे, मनन करण्याचा गुण तुम्हाला योग्य निर्णय घेण्यासाठी साहाय्यक ठरतो. त्यामुळे समर्थ मन, बुद्धी, शरीराची कार्यपद्धती आणि क्षमता यांचा सुंदर मिलाफ झाला तर तुमच्यासाठी विकासाची नवी दारं खुली होतील आणि अपयशाची कवाडं कायमची बंद होतील.

स्वतःची पात्रता वाढवण्यासाठी तुम्ही आपल्या मनाला आणखी एक प्रशिक्षण द्यायला हवं. ते म्हणजे तुमच्या मनाला इतरांच्या आनंदातही आनंद मानायला शिकवायचं आहे. इतरांचं यश तुम्हाला खुपत असेल, तर तुम्ही यशप्राप्तीसाठी अजूनही लायक नाही, असाच याचा अर्थ होतो. त्यासाठी तुमच्या मनात ईर्ष्या, तुलना, द्वेष, निराशा यांसारखे विकार प्रवेश करणार नाहीत, याची काळजी घ्यावी लागेल. इतरांचं यश पाहून द्वेष करण्याऐवजी त्यांच्याकडून प्रेरणा घ्या. यश प्राप्त करण्यासाठी आणखी थोडे प्रयत्न करा, स्वतःच्या क्षमता वाढवा. 'विश्वातील एखादी व्यक्ती जर यशस्वी होऊ शकत असेल, तर मीदेखील नक्कीच होऊ शकतो,' असा विचार करा. जसजसे तुम्ही स्वतःच्या कार्यात सामर्थ्यवान बनत जाल, तसतसं यश तुमच्या आणखी निकट येऊ लागेल. मग एक वेळ अशी येईल, की यशाच्या शिखरावर पोहोचण्यापासून तुम्हाला कोणीच रोखू शकणार नाही, अगदी तुम्ही स्वतःसुद्धा! तुम्ही यशशिखराच्या पायऱ्या चढत असताना इतरांच्या यशाचं रहस्य आणि त्याचे अनेक पैलूदेखील तुमच्या लक्षात येऊ लागतील.

स्वतःच्या मर्यादा ओळखवा

वास्तविक तुम्ही 'परमचैतन्य' असल्याने अमर्याद आहात. पण ज्या शरीराचा तुम्ही वापर करताय, त्याच्या काही मर्यादा असू शकतात. जसं, एखादा कुशल चालक स्पोर्ट कार जितक्या वेगानं चालवू शकेल तितक्याच वेगानं तो ८०० सीसी इंजिन असणारी कार मुळीच चालवू शकणार नाही. आपल्या गाडीची ताकद नीट ओळखेल तोच खरा चालक! एखाद्या गाडीची ताकद कशात आहे, त्यातील त्रुटी काय आहेत, तिच्या

मर्यादा कोणत्या, अशा सर्व बाबी चालकाला ठाऊक असतात. त्यामुळे गाडीच्या सर्वोत्तम क्षमतेनुसार तो कौशल्यानं गाडी चालवतो. तसंच तुम्हीदेखील त्या चालकाप्रमाणे स्वतःच्या शरीराची इत्थंभूत माहिती करून घ्या आणि त्यानुसार क्षमतांचा विकास करा.

पण हे करत असताना, इतरांशी तुलना करून स्वतःचं ध्येय ठरवू नका. तुमचा स्वभाव, शरीर आणि प्रकृती यांना अनुसरूनच तुमचं ध्येय ठरवा. त्या ध्येयपूर्तीसाठी आवश्यक असणारी गुणवत्ता वृद्धिंगत करण्याचा प्रयत्न करा. समजा एखाद्याला सुरांची जाण नसेल, तर त्यानं गाण्याचं कितीही प्रशिक्षण घेतलं तरी काय उपयोग? तो कधीच उत्तम गायक बनू शकणार नाही. परंतु त्याला जर उत्तम लिहिता येत असेल तर तो साहित्य क्षेत्रात स्वतःची गुणवत्ता सिद्ध करू शकतो. स्वतःमधील लिहिण्याची गुणवत्ता वाढवून तो ख्यातनाम लेखक बनू शकतो.

'माझा मित्र अमुक काम करतोय, मग मीदेखील तेच करतो', 'शेजाऱ्यानं नवीन व्यवसाय सुरू केलाय, मग मी देखील तसाच व्यवसाय सुरू करतो', 'अमुक क्षेत्रात खूप पैसा मिळतो, तमुक क्षेत्रात खूप ग्लॅमर आहे...' अशा निकषांवर तुमचं कार्यक्षेत्र कधीच निवडू नका. नेहमी तुमच्या स्वभावाला, तुमच्यातील सुप्त गुणांना साजेसं कार्यक्षेत्र निवडा. जेणेकरून काम करताना तुम्ही नेहमी आनंदी राहाल. लक्षात घ्या, 'आनंदी माणूस कधीच अपयशी होऊ शकत नाही.'

आता आपण 'विश्वास ध्यान' करूया. या ध्यानाचा 'थोडं पण दररोज' या सूत्रानुसार नियमित सराव करा. कारण या ध्यानामुळे तुमच्यातील क्षमतांचा विकास होण्यासाठी नक्कीच मदत होईल. सर्वप्रथम प्रस्तुत ध्यान संपूर्ण वाचा आणि त्यानंतर ध्यानाला सुरुवात करा –

१. डोळे बंद करून ध्यानमुद्रेत बसा. आता या शांत अवस्थेत स्वतःला पुढील काही सकारात्मक सूचना द्या.

२. विश्वास ठेवा, गुणवत्ता, क्षमता वृद्धिंगत करण्याची सुरुवात विश्वास बाळगल्यानेच होते.

३. काही गोष्टींवर डोळे उघडे ठेवून विश्वास ठेवता येत नाही, त्याच गोष्टींवर डोळे बंद केल्याने सहजपणे विश्वास ठेवता येतो. बऱ्याचदा उघड्या डोळ्यांनी पाहिलेल्या गोष्टी आपण खऱ्या मानतो. पण वास्तविक त्या दिखाऊ गोष्टींमुळे आपली फसवणूकच होते.

४. विश्वास ठेवा, तुमची शारीरिक दुर्बलता, आयुष्यात सुखसोयींचा अभाव म्हणजे निव्वळ भ्रम आहेत. हा भ्रम दूर करून तुम्ही स्वतःची गुणवत्ता वृद्धिंगत करू शकता.

५. नातेवाइकांनी मारलेले टोमणे, मित्रांनी केलेले हास्यास्पद शेरे, सहकाऱ्यांनी तुमच्याशी केलेले वाद-विवाद या सर्व गोष्टी म्हणजे अज्ञान आणि बेहोशीत केलेल्या बडबडीशिवाय अधिक काही नाही, हे लक्षात ठेवा.

६. विश्वास ठेवा, खरं ध्यान केल्याने तुम्ही वर्तमानात येता. मग वर्तमानातील अनुभव, सत्य जाणून स्वतःची क्षमता वृद्धिंगत करू शकता. स्वतःला सांगा, 'मी असीम आहे... मी अनादि, अनंत आहे... मी आधीपासूनच होतो... हा देह तर मला नंतर लाभलाय... पण त्याही पूर्वीपासून मी अस्तित्वात आहे... मला लाभलेलं नाव, कुटुंब, माझं काम, मित्र, माझी पृथ्वीवरील भूमिका या सर्व गोष्टी नंतर मला मिळाल्या... याची स्पष्ट जाणीव झाल्यावर तुम्ही सहजपणे अपयशाला तोंड देऊ शकाल.

७. तुमचं मूळ अस्तित्वच सर्वांत महत्त्वाचं आहे, यावर विश्वास ठेवा. या मूळ शुद्ध उपस्थितीतच सर्व कार्यं आनंदानं पार पडतात, स-फल होतात. त्यामुळे जो आधीपासूनच अस्तित्वात आहे, त्याला थोडा वेळ द्या.

८. आता स्वतःला सांगा, 'ज्या समस्या मला जाणवताहेत, त्या त्रास देण्यासाठी नसून माझ्या विकासासाठीच घडतायत. जेणेकरून मी योग्य समजेसह त्यांच्यावर मात करून पुढची वाटचाल करू शकेन.'

९. तुमचं शरीर म्हणजे एक अद्भुत यंत्र आहे यावर विश्वास ठेवा. त्याला प्रशिक्षण देऊन समर्थ बनवा. कारण एक सक्षम शरीरच तुमच्यात इतर गुण येण्यासाठी साहाय्यक ठरू शकतं.

१०. आयुष्यात घडणाऱ्या सर्व घटनांचा स्वीकार करणं, अतिशय सुरक्षित असतं. असा 'स्वीकारभाव' म्हणजे यशाच्या दिशेनं टाकलेलं पहिलं पाऊल आहे, यावर विश्वास ठेवा. त्यामुळे कोणत्याही गोष्टीचा अस्वीकार करण्याचा प्रश्नच उद्भवत नाही.

११. तुमचा अनुभव, सत्य समज, गुरूंची आज्ञा, श्रद्धा आणि वस्तुस्थिती यांच्या आधारानंच कोणताही निर्णय घ्यायचा असतो, हे सदैव स्मरणात ठेवा.

१२. विश्वास ठेवा, 'मी नेहमी मुक्त अवस्थेत आहे. माझ्या जीवनात घडणाऱ्या

नकारात्मक गोष्टी म्हणजे अपयश नसून, त्या माझ्या शरीराच्या गरजेनुसारच घडतायत.'

१३. विश्वास ठेवा, 'ईश्वराच्या, सेल्फच्या अभिव्यक्तीतच प्रेम, आनंद, मौन, साहस आणि रचनात्मकता आहे.' त्यामुळे या सत्याचं स्मरण ठेवूनच दिवसाची सुरुवात करा.

१४. विश्वास ठेवा, स्वानुभव, 'स्व'च्या अस्तित्वाची जाणीव प्राप्त केल्यानंतरच अढळ विश्वासाची अवस्था प्राप्त होते. त्यानंतर कोणतीही शंका राहत नाही.

१५. विश्वास ठेवा, 'तुम्हाला मिळालेलं हे शरीरच तुम्हाला स्वानुभव प्राप्त करून देऊ शकतं. याच शरीरात तुम्हाला बुद्धत्व प्राप्त होऊ शकतं. याच शरीराद्वारे तुम्हाला अंतिम सफलता मिळू सकते.'

१६. आता हळूहळू डोळे उघडा. या ध्यानातून प्राप्त झालेल्या नव्या विश्वासानेच तुमची स्वप्नं पूर्ण होतील याची खात्री बाळगा.

आशा आणि विश्वास या भावना असं अमृत आहे, ज्याच्या एका थेंबाचा आस्वाद घेतल्यानेदेखील मनुष्य स्वतःमधील सर्वोच्च शक्यता विकसित करण्याकडे आणि सुखमय जीवनाकडे अग्रेसर होतो. कसं ते पुढील भागात पाहू या.

भाग ४

छोट्या आशेची मोठी जादू

अपयशाचा काळोख क्षणार्धात दूर

> [आशा आणि विश्वास यांची शक्ती, मनुष्याला
> अपयश, बाधा आणि बिकट परिस्थितीतही तारते.]

ही कहाणी आहे एका तरुणाची, ज्याला बालपणापासूनच कॉम्प्युटर क्षेत्रात रुची होती. त्याचे इतर मित्र कॉम्प्युटरवर 'गेम्स' खेळण्यात मग्न असायचे. परंतु हा मुलगा मात्र त्यावेळी गेम्स बनवत असे. हॉर्वर्ड विद्यापीठात शिकत असताना या मुलाने 'फेसमॅश' नावाची वेबसाइट बनवली आणि त्यावर काही फोटो अपलोड केले. मग त्याने वेबसाइटवर असलेल्या लोकांना सर्वाधिक आकर्षक फोटोंवर व्होट देण्याची विनंती केली. पण दुर्दैवाची बाब म्हणजे ज्यावेळी वेबसाइट सुरू झाली नेमका त्याचवेळी हॉर्वर्डचा सर्वर डाउन झाला. म्हणून ती वेबसाइटच बंद झाली आणि त्या मुलाच्या कार्यात अनेक प्रकारच्या बाधा येऊ लागल्या. तरीदेखील न डगमगता त्याने 'हॉर्वर्ड कनेक्शन' नावाची वेबसाइट सुरू केली, ज्याद्वारे हॉर्वर्ड विद्यापीठातील विद्यार्थ्यांनी परस्परांमध्ये संवाद साधावा. आता त्या मुलाच्या मनात विचार आला, 'विश्वातील सर्व लोकांना आपले फोटो, व्हिडीओज एकमेकांना शेअर करता येतील, शिवाय त्याद्वारे एकमेकांशी संवादही साधता येईल, अशी वेबसाइट आपल्याला कशी बनवता येईल!'

त्या नवयुवकाचं हे स्वप्नही प्रत्यक्षात साकारलं आणि फेसबुक वेबसाइटचं पहिलं संस्करण ४ फेब्रुवारी, २००४ साली सुरू झालं. त्या युवकाचं नाव आहे, मार्क झुकेरबर्ग! याच मार्ककडे आज कित्येक अब्ज डॉलर्सची संपत्ती आणि फेसबुकचे जवळपास एक चतुर्थांश शेअर्स आहेत. मात्र इथवर पोहोचण्यासाठी त्याला कित्येक अडचणी आणि अपयशाचा सामना करावा लागला, ही गोष्ट फारच थोडे लोक जाणतात. सुरुवातीला त्याच्याकडे जास्त पैसे नव्हते. त्यामुळे त्याला हॉर्वर्ड विद्यापीठाच्या छात्रावासात राहावं लागलं. परंतु यांसारख्या कितीही बाधा त्याच्या आयुष्यात असल्या तरी त्याच्या मनात एक आशेचा किरण जागृत होता. याच आशारूपी किरणाने 'फेसबुक' डिजिटल जगात सर्वांत मोठा चमत्कार सिद्ध झालंय. हीच आहे आशा आणि विश्वास यांची शक्ती, जी मनुष्याला अपयश, बाधा आणि बिकट परिस्थितीतही तारते, त्याच्याकडून कार्य करून घेते. 'आशा' ही अपयशाच्या अंधकारात प्रज्वलित असलेल्या दीपकासमान आहे. '

आशा - सूर्याप्रमाणे तेजस्वी

कित्येक लोकांचं आयुष्य अपयशाच्या भयापासून पलायन करण्यातच व्यतीत होतं. अपयश येताच काही लोक हताश होऊन शरीरहत्या करायला प्रवृत्त होतात. कारण त्यावेळी ते जीवनाचं एक वास्तव विसरतात, 'घनघोर काळोख दाटणं म्हणजे पहाट होण्याचा पूर्वसंकेत आहे.' याचाच अर्थ, आपल्या जीवनात अपयश आलं असेल, तर यशस्वी होण्याचा तो पूर्वसंकेत आहे असं समजावं. म्हणून आजच 'आशा आणि विश्वास यांची शक्ती' जाणूया-

आशा आहे काळाचा सर्वांत मोठा आधार

असेल आशा तर विलीन होईल दुःखाची प्रत्येक लाट

अपयशाच्या अंधकारात आशा आहे सूर्यासमान

आशेच्या बळावर निर्धनही बनतो धनवान

सुखी असेल जर तुमच्या विश्वासवाणीची धारा

तर साफल्य हाच असेल नवजीवनाचा नारा

संकटांच्या काट्याकुट्यातही गवसेल तुम्हा वाट

असेल आशा तर विलीन होईल दुःखाची प्रत्येक लाट

आशा - यशाचं सूत्र

आशा आणि विश्वास ही दोन शस्त्रं मनुष्याला, अपयशाचा सामना करण्यासाठी

निसर्गाने बहाल केली आहेत. याचा उद्देशच हा आहे, की मनुष्याने कितीही अपयश आलं तरी आपले प्रयत्न सुरूच ठेवावेत. कारण त्यावेळी त्याच्या मनात आशा आणि ध्येयपूर्तीचा विश्वास जागृत राहतो.

याच आशा आणि विश्वास यांच्या बळावर बालपणी ज्ञानेश्वर सामाजिक विरोध आणि आलोचना सहन करून सत्यप्राप्तीच्या मार्गावर अटळ राहिले. त्याचप्रमाणे बाल शिवाजीच्या मनात स्वराज्य-स्थापनेचा विश्वास निर्माण झाला. आशेच्या बळावरच इंग्रजांच्या गुलामीतून भारत स्वतंत्र झाला, प्रभू श्रीराम सीतेला रावणाच्या तावडीतून मुक्त करण्यासाठी लंकेत पोहोचले, वाल्याचे 'वाल्मिकी ऋषी' बनले. या आशेच्या बळावरच अपंग मनुष्यदेखील पर्वतारोहण करू शकतो, एखाद्या आजारी मनुष्याच्या मनात स्वस्थ होण्याची प्रेरणा जागृत होते. कोणा गरीब व्यक्तीच्या मनात आर्थिक दृष्ट्या समृद्ध होण्याची इच्छा प्रबळ होऊ शकते. तर कोणाला अपयशाच्या अंधकारात यशाचा दीप प्रज्वलित करण्याची आशा तेवत ठेवते.

हा आशेचा दीपक कसा जागृत होतो आणि आपल्या जीवनावर त्यांचा परिणाम काय होतो, हे एक उदाहरणाद्वारे आपण जाणूया.

नियमितपणे अभ्यास न करणारे विद्यार्थी परीक्षा जवळ येताच निराश होतात. त्यामुळे त्यांच्या मनात परीक्षेचं भय अधिकच वाढतं. जसं, 'यावेळी खूप सिलॅबस आहे... गणिताचे शिक्षक चांगलं शिकवतच नाहीत... माझ्याकडे भूगोलाचं गाइडच नाहीये... या वर्षीचा अभ्यासक्रम कठीणच आहे... ऐन परीक्षेच्या वेळी सायन्सचं पुस्तक सापडत नाही... आता अभ्यास कसा होणार... मला असं वाटतंय, यावेळी मी नक्कीच नापास होणार...'

हा विद्यार्थी असा विचार करतोय, याचाच अर्थ, तो आशेच्या शक्तीपासून अनभिज्ञ आहे. हे तर असंच झालं ना, जसं एका राजानं स्वतःला भिकारी समजून संपूर्ण आयुष्य संघर्षात व्यतीत करावं!

दुसरा विद्यार्थी असा आहे, जो या कोलाहलातही सर्व नकारात्मक विचारांकडे दुर्लक्ष करून थोडा वेळ अभ्यास करतो. शिवाय तेवढा वेळ तो केवळ अभ्यासासाठीच देतो. त्यावेळी त्याच्या मनात केवळ आत्मविश्वास असतो, की तो परीक्षेत पास होणारच! पूर्वी जो परीक्षेचा तणाव असायचा, तो नष्ट होतो. ही भावना म्हणजेच आशा जागृत असल्याची जाणीव आहे. या जाणिवेनंच अभ्यास करताना त्याच्या मनात चांगल्या गुणांनी उत्तीर्ण होण्याची आशा बळावते. विश्वास दृढ होतो.

मनुष्यानं समस्यांना तोंड देताना आशेची कास कधीही सोडता कामा नये. कारण एखाद्या छोट्याशा आशेनंही समस्यांचं ओझं हलकं होऊ शकतं. आशेचा एक छोटासा किरणही मनुष्याला चक्रीवादळात टिकून राहण्याची हिंमत देऊ शकतो. मात्र, या रहस्याविषयी अनभिज्ञ असणारे लोक, मनुष्य अन्नामुळे जिवंत राहतो या भ्रमात असतात. पण वस्तुस्थिती ही आहे, की 'लोकांना अन्न नव्हे, तर आशा जिवंत ठेवते.' ही गोष्ट समजून घेण्यासाठी पुढील विनोद बारकाईनं समजून घेऊया -

एकदा एक मनुष्य आत्महत्या करण्यासाठी रेल्वेरुळावर जाऊन झोपला. हे पाहून लोक त्याला त्यापासून परावृत्त करण्याचा प्रयत्न करू लागले, त्याला घरी परतण्याची विनंती करू लागले. लोकांनी त्याला समजावण्याचा बराच प्रयत्न केला, तरीही तो आपल्या निर्णयावर ठाम राहिला. तो रेल्वेरुळावर तसाच झोपून राहिला. तेवढ्यात त्या गर्दीतून एका गृहस्थानं त्याला विचारलं, 'अरे, तू हा डबा कशासाठी जवळ ठेवला आहेस?'

त्यावर तो मनुष्य उद्गारला, 'तो माझाच जेवणाचा डबा आहे. समजा ट्रेन जर लेट झाली, तर मी काय उपाशी मरू?'

बघा! जो मनुष्य शरीरहत्या करण्यासाठी निघाला होता, त्यानेदेखील आपल्यासोबत टिफिन बॉक्स ठेवला होता. याचाच अर्थ, कुठे न कुठे अजूनही त्याच्या मनात जगण्याची आशा पल्लवित आहे. ही गमतीशीर घटना हेच दर्शवते, की मनुष्याची जगण्याची इच्छा केवळ अन्न नव्हे, तर आशा आहे. आशेवरच हे जग चाललंय. रस्त्यावर बसणारा भिकारीदेखील आपल्या उराशी स्वप्नं बाळगतो. पुढे हीच स्वप्नं त्याच्या जगण्याचं कारण बनतात. अन्यथा काही लोक पोट भरल्यानंतरही शरीरहत्या करण्याचा विचार करतात. कारण त्यांची शेवटची आशाही नष्ट झालेली असते. म्हणूनच म्हटलं जातं, 'लोकांना अन्न नव्हे, तर आशेची ज्योत जिवंत ठेवते.' आशा हीच मनुष्याची अंतिम जीवनरेषा आहे. मग ती लहान असो अथवा मोठी.

जीवन आणि मृत्यू यांच्यामध्ये आशा असते. जेव्हा एखादी व्यक्ती निराश होते, तेव्हा ती कितीही धष्टपुष्ट असली तरी मृत्यू ओढवून घेऊ शकते. मात्र जेव्हा आशा जागृत होते, तेव्हा मृत्युशय्येवर असलेला मनुष्यही स्वास्थ्य प्राप्त करतो. आशा जागृत होताच अपयशाशी लढण्याची क्षमता वाढते. मग मनुष्याची जय-पराजय यांपलीकडे पोहोचण्याची शक्यता खुलते.

'अपयश' हा शब्द ऐकताच बहुतांश लोकांचं मन निराशा, दुःख आणि भीती या

भावनांनी घेरलं जातं. वास्तविक अपयश येताच मनुष्याने आशा पल्लवित ठेवून त्याला 'फीडबॅक' किंवा 'यशाचं द्वार' म्हणायला हवं. निसर्ग मनुष्याला नेहमी फीडबॅक देऊ इच्छितो. उदाहरणार्थ, एखाद्या माणसाला अथक प्रयत्न करूनही त्याच्या व्यवसायात यश मिळत नसेल, तर त्याने त्याची कार्यप्रणाली बदलण्याची आवश्यकता असते. अतिशय कष्ट घेऊनही ध्येय पूर्ण होत नसेल तर तुमचे विचार, भावना, शब्द आणि कृती हे सर्व पैलू एकाच दिशेत आणायला हवेत. पण मनुष्याला हे समजतच नाही. हे समजवण्यासाठीच मनुष्याच्या जीवनात अपयश येतं. या अपयशाला 'संकेत' समजण्याऐवजी तो निराश होतो आणि आपली आशा गमावून बसतो.

कधीही निराश होऊ नका

जे लोक आज यशाच्या शिखरावर आहेत, त्यांना आपल्या जीवनात कित्येकदा अपयशाला तोंड द्यावं लागलं आहे. बल्बचा शोध लावणारे थॉमस अल्वा एडिसन यांचे शेकडो प्रयत्न निष्फळ ठरले, तरीदेखील त्यांनी त्यांचं संशोधन चालूच ठेवलं. कारण त्यांच्यात यश मिळवण्याची आशा जिवंत होती. त्यांचे कित्येक प्रयोग अयशस्वी ठरले होते. तथापि आशावाद कायम ठेवण्यात ते यशस्वी झाले होते. त्यांचं कार्य त्यांनी मध्येच सोडून दिलं असतं, तर बल्बच्या माध्यमातून प्रकाश मिळवता आला असता का? वॉल्ट डिस्ने यांनी लोकांच्या टीकेकडे लक्ष दिलं असतं, तर 'डिस्ने लॅन्ड'ची निर्मिती झाली असती का? लोकांच्या टीका-टिप्पणीकडे दुर्लक्ष करून त्यांनी आशेची कास धरली म्हणूनच आज त्यांच्या कार्याच्या माध्यमातून ते अनेकांना हसवत आहेत. इतकंच नव्हे, तर त्यांच्याही जीवनात आशा जागृत करत आहेत. इतरांनाही प्रेरणा देत आहेत. आशा एखाद्या दिव्यासारखी आहे. ज्याप्रमाणे एका दिव्याने दुसरा दिवा प्रज्वलित करता येतो, त्याचप्रमाणे एका मनुष्यात आशा जागृत असेल, तर अनेकांच्या जीवनात आशा पल्लवित करण्यासाठी ती साहाय्यभूत ठरते. जेथे आशा जिवंत असते, तिथे उत्साह, शांती, हिंमत आणि समृद्धी या गोष्टींचं आगमन होतं.

'हॅरी पॉटर' हे पुस्तक बारा प्रकाशकांनी धुडकावलं, तरीदेखील जे. के. रोलिंग या लेखिकेने अपयशाचा धैर्याने सामना केला. परिणामी त्यांना असा प्रकाशक मिळाला ज्यानं 'हॅरी पॉटर' शृंखला संपूर्ण जगभरात पोहोचवली. एक असा माणूस ज्याला केवळ आर्थिक समस्येलाच तोंड द्यावं लागलं नाही, तर सामाजिक भेदभावाचं विषदेखील पचवावं लागलं. ज्यांचा जन्म केरळ राज्यातील नारळ तोडण्याचं काम करणाऱ्या कुटुंबात झाला होता. आर्थिक ओढाताणीमुळे त्यांच्या वडिलांना त्याची शाळेची फी भरणं शक्य

झालं नाही म्हणून त्याला वर्गाबाहेर उभं राहावं लागलं. प्राथमिक शिक्षणापासून ते 'लंडन स्कूल ऑफ इकॉनॉमिक्स' पर्यंतचा त्यांचा प्रवास हा कित्येक अडचणी, अपयश आणि अडथळे यांनी भरलेला होता. आश्चर्याची बाब म्हणजे तरीदेखील या युवकानं आशेची कास सोडली नाही आणि एक दिवस हाच युवक पुढे भारताच्या राष्ट्रपती पदावर आरूढ झाला. त्यांचं नाव के. आर. नारायणन.

कित्येक लोकांनी अपयशाचा सामना हसत हसत केल्याची असंख्य उदाहरणं इतिहासाच्या पानोपानी आढळतात. कारण एकच होतं, ते म्हणजे अनेक वेळा अपयश पदरी पडूनदेखील त्यांच्यात यशस्वी होण्याची आशा जागृत होती. तुमच्या मनातदेखील हीच आशा जिवंत राहावी हाच या पुस्तकाचा उद्देश आहे.

'जीवनात धन किंवा एखादी संधी गमावली तरी चालेल, परंतु कोणत्याही परिस्थितीत आशेचा दीपक सतत प्रज्वलित ठेवायला हवा.' कारण अपयश काळोख आहे, तर त्यात दिलासा देणारा किरण म्हणजे 'आशा.'

विश्वासवाणीद्वारे यश प्राप्त करा

अपयशाच्या काळात आशा कायम राहण्यासाठी आपल्या वाणीमध्ये विश्वासपूर्ण शब्दांचा उपयोग करा. आपली वाणी ईश्वरीय विचारांनी, दिव्य विचारांनी ओतप्रोत भारून टाका. यालाच 'विश्वासवाणी' म्हणतात. आता पुढे दिलेली विश्वासवाणी आपण अगदी मनापासून पुनःपुन्हा उच्चारा आणि अपयशाचा सामना करण्यासाठी ठामपणे उभे राहा –

- मी ईश्वराची सर्वोत्कृष्ट, सर्वोत्तम निर्मिती आहे.
- यशस्वी, समृद्ध आणि शक्तिशाली जीवन जगण्यासाठी माझा जन्म झाला आहे.
- माझं नाव जगातील सर्वांत यशस्वी लोकांमध्ये घेतलं जावं.
- हे अपयश माझं अखेरचं अपयश आहे, यावर माझा पूर्ण विश्वास आहे.
- माझ्या आशेमुळे आठवं आश्चर्य निर्माण होऊ शकतं.
- माझ्या मुखाद्वारे विश्वासवाणीच निघते.
- मी प्रत्येक क्षणी, प्रेम, आनंद, शांती, सर्जनशीलता, रचनात्मकता आणि यांसारख्या दिव्य गुणांचीच अभिव्यक्ती करतो.

- माझ्या आयुष्यात घडणाऱ्या घटना, मी यशस्वी व्हावं यासाठी निमित्त बनत आहेत.
- माझ्या कार्यक्षेत्रात प्रत्येक क्षणी सुवर्णसंधी उपलब्ध आहेत, ज्यांचा मी पूर्णपणे लाभ घेत आहे.
- ईश्वराने माझ्या जीवनात समस्या देण्याअगोदर त्या समस्यांना सामोरं जाण्याची ताकद मला दिली आहे.
- एक दिवस हे होणारच! (वन डे इट विल बी डन)

वरील बलशाली सकारात्मक वाक्यांनी मनुष्याच्या मनात आशा पल्लवित राहील. शिवाय समस्यांना आपल्यापासून दूर ठेवण्यासाठी त्या साहाय्यक ठरतील.

यशस्वी मनुष्य यश मिळाल्यावरही थांबत नाही, तर सदैव भविष्याच्या गर्भात लपलेल्या संधी शोधत राहतो. त्यामुळे त्याचे दोन लाभ होतात. पहिला- त्याला यशाची नवीन शिखरं आणि त्यावर आरूढ होण्याच्या शक्यता दिसतात. दुसरा- अपयशाचा धोका टळतो.

योग्य निर्णय कसे घ्याल

अंतर्मनाचं प्रशिक्षण

> पूर्वीपेक्षा अधिक सजगता बाळगून पुन्हा
> नव्यानं सुरुवात करण्याची संधी
> मनुष्याला अपयशातूनच लाभते.
> – हेन्री फोर्ड

काही लोकांमध्ये पात्रता असूनसुद्धा त्यांना अपेक्षित यश मिळू शकत नाही. यामागील मुख्य कारण म्हणजे योग्य वेळी अचूक निर्णय घेण्याची क्षमता त्यांच्यात नसते. निर्णय घेण्याची क्षमता प्राप्त होणं म्हणजे स्वतःच्या निर्णयांची जबाबदारी स्वीकारणं. 'हा निर्णय सर्वस्वी माझा आहे. याचा जो काही सकारात्मक वा नकारात्मक परिणाम होईल, त्यासाठी केवळ मीच जबाबदार असेन. मी घेतलेला निर्णय जर योग्य सिद्ध झाला, तर त्याचं श्रेय मी घेणार नाही. जर तो चुकीचा ठरला, तर त्याविषयी कोणालाच दोषी ठरवणार नाही.' मनुष्य जेव्हा अशा प्रकारची घोषणा करतो, तेव्हाच तो खऱ्या अर्थानं निर्णय घेण्यासाठी सक्षम बनतो.

बहुतांश लोकांच्या मनात 'यदाकदाचित माझा निर्णय चुकीचा सिद्ध झाला तर...' अशी भीती असते. स्वतःची चूक मान्य करणं त्यांना कधीच आवडत नाही. त्यामुळे त्यांच्यासाठीही इतरांनीच निर्णय घ्यावेत अशी त्यांची इच्छा असते. जेणेकरून काही

चूक झाली तरी इतरांना दोषी ठरवता येईल. पण असे लोक लहानसहान निर्णय घेण्यातही असमर्थ ठरतात.

'निर्णय घेणं' ही एक कला आहे आणि निर्णय घेऊनच ही कला जोपासता येते. समजा, तुम्ही घेतलेला एखादा निर्णय भविष्यात चुकीचा ठरला, तर त्यामुळे आलेल्या नकारात्मक परिणामांची तीव्रता कमी कशी करता येईल, याचा विचार करायला हवा. त्याचप्रमाणे, तुम्ही स्वत: घेतलेल्या निर्णयांचे परिणामही स्वीकारायला हवेत. असा स्वीकार करताच तुमच्या मनातले नकारात्मक विचार आणि चुकीच्या निर्णयाचा पश्चात्ताप या दोन्ही गोष्टी बऱ्याच अंशी कमी होतील. चुकीच्या निर्णयातूनही माणसाला खूप काही शिकता येतं. त्यामुळे चुकीचा निर्णय घेऊनही तुमचा विकासच होणार आहे, याविषयी खात्री बाळगा.

यासाठी प्रत्येक मनुष्यानं स्वतःचा निर्णय स्वतःच घ्यायला शिकलं पाहिजे. शिवाय त्या निर्णयाच्या सर्व संभाव्य परिणामांची जबाबदारीही स्वीकारायला हवी. त्यानंतरच तो भविष्यात प्रगती साधू शकतो.

नातेसंबंध जपण्याची क्षमता

हल्लीच्या आधुनिक युगात मनुष्य अतिशय आत्मकेंद्रित झाला आहे. बहुतांश नातेसंबंधांचं त्याला ओझंच वाटत असतं आणि जी नाती त्याच्यासाठी उपयुक्त असतात, तीच त्याला चांगली वाटतात. कालांतरानं, त्या नात्यांचा आता काही उपयोग नाही असं वाटताच ती नातीदेखील त्याला नकोशी होतात. तेव्हा त्याच्या मनात, 'गरज सरो, वैद्य मरो,' हीच भावना प्रबळ असते. 'नाती म्हणजे बंधनं, नाती म्हणजे विकासाच्या वाटेत येणारे अडथळे,' असा विचार आधुनिक युगातील मनुष्य करू लागलाय. मात्र हे नातेसंबंध त्याच्या विकासामध्ये सर्वांत जास्त हातभार लावत असतात, ही वस्तुस्थिती आहे. हे नातेसंबंध जपण्याची क्षमता प्राप्त करत असतानाच इतर अनेक गुण त्याच्यामध्ये विकसित होत असतात. जसं, विनाअट प्रेम, करुणा, निःस्वार्थीपणा, विनम्रता, संयम, धीर धरणं, देण्याचा गुण, क्षमाशीलता, इतरांचा विचार करणं, सुसंवाद (कम्युनिकेशन) आणि सर्वांत महत्त्वाचं म्हणजे नम्रता. असे असंख्य गुण मनुष्यामध्ये केवळ नात्यांमुळेच विकसित होतात.

मनुष्याला जेव्हा कोणत्याही नात्यामध्ये स्वतःची चूक असताना किंवा नसतानाही झुकावं लागतं, तेव्हा त्याचा अहंकार दुखावतो. अहंकाराला कोणासमोरही झुकणं आवडत

नाही. पण नात्यांमधूनच तुम्हाला स्वतःच्या अहंकाराचं दर्शन होतं. पण योग्य समज बाळगून, अहंकार दूर करूनच तुम्ही समर्पित होऊ शकता. अशा प्रकारे तुमच्यातील अहंकार नष्ट झाला तर केवळ भौतिक नव्हे, तर आध्यात्मिक जगतातही तुमचा विकास सहजपणे होऊ शकतो. त्यासाठी तुमच्या आयुष्यातील प्रत्येक नातं, कोणत्या गुणाचा विकास करतंय, याचं अवलोकन करा.

तुमच्या जीवनात नात्यांची भूमिका समजून घेताना प्रत्येक नात्याला महत्त्व द्या. निरोगी आणि समृद्ध नाती बनवण्याची क्षमता तुमच्यामध्ये निर्माण करा. त्यासाठी या विषयाशी संबंधित असणाऱ्या पुस्तकांचं वाचन करा, अनुभवी व्यक्तींचं किंवा गुरूंचं मार्गदर्शन घ्या. ज्या लोकांनी नातेसंबंध फुलवण्यासाठी विशेष प्रयत्न केले आहेत, त्यांच्या गुणांचं निरीक्षण करा. नात्याविषयीची त्यांची जाण, समज काय आहे याकडे लक्ष द्या. अशा प्रकारे मनापासून प्रयत्न केल्यास नातेसंबंध मधुर करण्याचा मार्ग तुम्हाला नक्कीच गवसेल आणि नात्यांमधलं अपयशही धुवून निघेल.

क्षमता प्राप्त करण्यासाठी अंतर्मनाचं प्रशिक्षण

अंतर्मन म्हणजे आपला मूक सेवक. आपण ज्या गोष्टी वारंवार बोलतो किंवा जे विचार पुनःपुन्हा करतो, त्याच खऱ्या समजून अंतर्मन त्या ग्रहण करतं. मग कालांतरानं ते आपल्यासमोर असेच पुरावे निर्माण करतं, ज्यायोगे त्या विचारांविषयी आपल्याला पक्की खात्री व्हावी. तुम्ही जेव्हा सतत 'मी अमुक गोष्टी करण्यासाठी पात्रच नाही... माझ्याकडून हे कधीच होऊ शकणार नाही... मी कधीच योग्य निर्णय घेऊ शकत नाही...' असे विचार करत राहता, तेव्हा तुमच्या अंतर्मनात ते खोलवर रुजतात. मग एखादी घटना घडल्यानंतर त्या विचारांप्रमाणेच तुमच्याकडून कर्म होतात. त्यानंतर तुम्ही म्हणता, 'मी सांगितलं होतं ना, मला हे कार्य जमणार नाही...'

मात्र तुम्हाला जर स्वतःची गुणवत्ता वाढवायची इच्छा असेल, तर तुमच्या अंतर्मनाचं जुनं प्रोग्रॅमिंग बदला, त्याला नव्या सूचना द्या. 'मी हे कार्य करू शकत नाही,' असं म्हणण्याऐवजी 'आतापर्यंत मी हे काम करू शकत नव्हतो, पण आता मला अचूक मार्गदर्शन लाभल्याने मी हे काम नक्कीच करू शकेन. योग्य मार्गदर्शनाने मी हे काम आता पूर्ण क्षमतेसह करू शकेन, मी नक्की यशस्वी होईन,' असं म्हणा. ज्या स्वयंसूचनांनी तुमचा विश्वास वृद्धिंगत होईल, अशा सूचनांचं पुनरुच्चारण करत राहा.

आरामदायी अवस्थेत, तनामनातील सर्व तणाव घालवून, संपूर्ण शरीर शिथिल

करा. आता काही वेळ प्रेम, आनंद, मौन... प्रेम, आनंद, मौन... असा जप हळूवारपणे करा. यामुळे तुमचं अंतर्मन ग्रहणशील बनेल. त्यानंतर 'मी सामर्थ्यवान, गुणवान आणि सक्षम होत आहे,' अशी स्वयंसूचना द्या. हे विचार तुमच्या अंतर्मनापर्यंत रुजण्यासाठी ते वारंवार उच्चारा. हे विचार जितके सुरात, लयीत आणि प्रेमानं उच्चारत राहाल, तितकं परिणामकारक ठरेल. असं नियमितपणे दररोज करा. सर्वांत महत्त्वाची गोष्ट म्हणजे, 'मी वारंवार स्वयंसूचना तर देतोय, पण याचा खरंच काही परिणाम होतोय का...?' असं म्हणून लगेच चाचपणी करू नका. एखाद्या दिवशी अचानकपणे तुम्हाला त्याचे सकारात्मक परिणाम दिसू लागतील. त्यावेळी मात्र तुमच्या आश्चर्याला पारावार राहणार नाही.

तुमच्या मनातील चुकीचा विचार नष्ट करण्यासाठी हा उत्तम उपाय आहे. शिवाय अपयशावरील रामबाण इलाजदेखील!

> मनुष्याचं कर्म जेव्हा त्याचा धर्म म्हणजे
> 'स्व'भावाने लिहिला जातो, तेव्हा
> सर्वोच्च यशाची कहाणी लिहिली जाते.

सतत शिकणे हीच यशाची शिकवण

तुमचं मन जेव्हा अपयशाचं खापर इतरांच्या माथ्यावर फोडण्याचा प्रयत्न करेल, तेव्हा शुद्ध मनानं, खुल्या दिलानं 'स्वीकारभाव' अंगीकारा आणि स्वतःला सांगा–
मी तक्रारी करण्याच्या नव्हे, तर सतत शिकण्याच्या पक्षात आहे.

'आज आपल्या अनेक चुकांचा अंत झाला आहे, आता पुन्हा नव्याने सुरुवात करण्यासाठी आपण स्वतंत्र आहोत.'–
आपल्या मुलाला उद्देशून एडिसन यांचे हे उद्गार!
एडिसन यांच्या प्रयोगशाळेला जेव्हा आग लागली, तेव्हा आयुष्यभर त्यांनी केलेलं संशोधनकार्य, कित्येक रात्री जागून केलेले असंख्य प्रयोग क्षणार्धात बेचिराख झाले. पण एडिसन यांना स्वतःच्या क्षमतेवर पूर्ण विश्वास होता. म्हणूनच त्यांनी हे वाक्य उच्चारलं, 'आज आपल्या अनेक चुकांचा शेवट झाला आहे, आता पुन्हा नव्याने सुरुवात करण्यासाठी आपण स्वतंत्र आहोत.' हे वाक्य आपण सर्वांनी अपयशाचा सामना करताना नक्कीच म्हटलं पाहिजे.

● यशप्राप्तीत बाधा आणणारे विचार ●
काम आहे जास्त, पण पगार आहे अत्यल्प

● महाअनुवाद ●
मिळेल तुला भरपूर, होतील दुःखं नष्ट
कर प्रार्थनेचं कर्म, तुझे विचार आहेत श्रेष्ठ.

पहिली कहाणी

यशाचा आरंभ-तुमच्यापासूनच!

माझ्या जीवनासाठी मीच जबाबदार

> यशाची सुरुवात ही केवळ तुमच्यापासूनच होते. अपयशावर माझा अजिबात विश्वास नाही. तुम्ही जर कोणतंही काम करताना त्यातील प्रक्रियेचा आनंद घेतला असेल, तर मुळात ते अपयश ठरतच नाही.
>
> – ओप्रा विन्फ्रे

कितीही अपयश पदरी पडलं तरी काहीतरी करून दाखवण्याची इच्छाच मनुष्याच्या हातून महान कार्य करवून घेते. मग आर्थिक समस्या, कौटुंबिक कलह किंवा लोकांचा असहकार यांसारख्या गोष्टी मनुष्याला मुळीच रोखू शकत नाहीत. कारण प्रत्येक समस्येवर मात करण्याची जिद्द निसर्गतःच मनुष्यात असते. त्यामुळेच त्याला ध्येयपूर्तीचा विचार सदैव प्रेरित करत असतो. सतत काहीतरी शिकण्याची इच्छाच मनुष्याला एखाद्या दमदार ध्येयाप्रत पोहोचवते, ही एक आश्चर्याची बाब नव्हे का?

याचं मूर्तिमंत उदाहरण म्हणजे ओप्रा विन्फ्रे. मिसीसिपीच्या एका ग्रामीण सैनिकी कुटुंबात २९ जानेवारी १९५४ रोजी त्यांचा जन्म झाला. त्यांच्या मातोश्री वर्निता ली घरकाम करायच्या आणि वडील वर्नन विन्फ्रे सैन्यात होते. जन्मानंतर काही काळातच त्यांचे आईवडील विभक्त झाले. त्यानंतर छोट्या ओप्राला हॅटी नावाच्या आजीकडे गावातच राहण्यासाठी पाठवण्यात आलं.

ओप्रा सहा वर्षांची असताना तिची आई तिला पुन्हा स्वतःकडे घेऊन गेली. पण आईनं कधीच ओप्राकडे पुरेसं लक्ष दिलं नाही. मग, आईचं लक्ष वेधून घेण्यासाठी ओप्रा लहानसहान खोड्या करायची. कधी ती स्वतःच्याच घरी चोरी करायची, तर कधी जाणूनबुजून ग्लास फोडायची. एकदा तर तिनं चक्क स्वतःची स्मरणशक्ती गेल्याचंही नाटक केलं होतं.

आई-वडिलांच्या प्रेमापासून वंचित राहिली तरी ओप्रा कधीच निराश झाली नाही अथवा न्यूनगंडाला बळी पडली नाही. ती अभ्यासात खूपच हुशार होती आणि शिक्षकांची लाडकी विद्यार्थिनी होती. त्यामुळेच बहुधा तिला 'शाळेतील सर्वांत लोकप्रिय विद्यार्थिनी' असा किताब मिळाला होता. शिकण्यासाठी सदैव आसुसलेल्या ओप्रानं बऱ्याच वक्तृत्व स्पर्धांमध्ये बक्षीसं पटकावली आणि मिस ब्लॅक टेनेससारख्या सौंदर्यस्पर्धेचा मुकुटही जिंकला.

टीव्हीवरही झाली जादू

'बाळाचे पाय पाळण्यात दिसतात' असं म्हणतात. ओप्रा यांच्याबाबतही नेमकं हेच तर घडलं. लहानपणी जेव्हा इतर मुलं खेळण्यात दंग असायची, तेव्हा ओप्रा आपल्या बाहुलीची मुलाखत घ्यायची. ओप्राचे शाळेतले मित्र अँथनी ओरेय म्हणतात, ''ओप्रा नेहमीच भविष्याचा विचार करायची. पुढे आपल्याला काय करायचं आहे, हे तिला पक्कं ठाऊक होतं. ती सदैव त्यासाठी धडपडत राहिली आणि आज तिनं स्वतःचं स्वप्न साकार केलं.''

ओप्रा १९ वर्षांची असतानाच त्यांच्या ब्रॉडकास्टिंग करिअरला सुरुवात झाली. टेनेस युनिव्हर्सिटीमधून कम्युनिकेशनच्या पदवीचा अभ्यास करत असतानाच त्यांना एका स्थानिक रेडिओ स्टेशनमध्ये काम करण्याची संधी मिळाली. करिअरच्या सुरुवातीलाच अॅफ्रो-अमेरिकी वंशाच्या ओप्रांना बरीच मानहानी सहन करावी लागली. 'हिचा चेहरा टीव्हीवर दाखवण्यायोग्य नाही, तिचे केस चांगले नाहीत, नाक खूप मोठं आणि पसरट आहे,' अशी जहरी टीका करण्यात आली. पण ही टीका ऐकूनही ओप्रांचा आत्मविश्वास अजिबात खचला नव्हता. त्यांना रंगरूप प्रदान करताना निसर्गानं भलेही हात आखडता घेतला असेल. पण त्यांनी या गोष्टीचा यशामध्ये कधीही अडसर येऊ दिला नाही. त्या म्हणत,

'मी स्वतःला मागास समाजातली वंचित मुलगी मानत नाही. माझ्या आयुष्यात जे काही होईल, त्यासाठी मीच जबाबदार आहे, हे मी लहानपणापासूनच जाणत होते.'

अशा प्रकारच्या विचारसरणीमुळे करिअरच्या सुरुवातीपासूनच त्यांनी यशाचे नवे अध्याय रचले. डब्ल्यू.एल.एस.टी.व्ही.मध्ये 'सर्वांत कमी वयाची महिला वृत्तनिवेदक' म्हणून त्या प्रसिद्ध झाल्या. त्यानंतर मात्र त्यांनी कधीही मागं वळून पाहिलं नाही.

१९८३मध्ये ओप्रा ए.एम.-शिकागो या डब्ल्यू.एल.एस.टी.व्ही.च्या टॉक शोचे यजमानपद भूषवण्यासाठी शिकागोला गेल्या. आजवर टीव्ही रँकिंगमध्ये सर्वांत मागे असलेल्या या कार्यक्रमात ओप्रांनी काही नवीन प्रयोग केले. २ जानेवारी १९८४ रोजी या कार्यक्रमाचा पहिला भाग प्रसारित झाला. ओप्रा विन्फ्रे यांनी केलेल्या जादूनं ए.एम.शिकागो हा टॉक शो इतर सर्व टॉक शोज् मागं सारत पहिल्या स्थानावर पोहोचला. तेव्हापासून या कार्यक्रमाचं नामकरण 'द ओप्रा विनफ्रे शो' असं करण्यात आलं. त्यानंतर पुढची दोन वर्षे या कार्यक्रमाला सलग तीन ॲमी पुरस्कार मिळाले. १९८८मध्ये ओप्राला इंटरनॅशनल रेडिओ अँड टेलिव्हिजन सोसायटीचा अत्यंत प्रतिष्ठेचा मानला जाणारा 'ब्रॉडकास्टर ऑफ द इयर' हा पुरस्कार मिळाला. सोसायटीच्या २५ वर्षांच्या इतिहासात हा पुरस्कार मिळवणारी सर्वांत कमी वयाची व्यक्ती आणि पाचव्या महिला ठरल्या.

रुपेरी पडद्यावर ओप्रा

टेलिव्हिजनच्या जोडीनंच ओप्रांनी आपल्या चाहत्यांना आणखी एक सुखद धक्का दिला. १९८५ मध्ये त्यांनी स्टीफन स्पीलबर्गच्या 'द कलर पर्पल' या चित्रपटातून रुपेरी पडद्यावर पदार्पण केलं. या चित्रपटात आत्मविश्वासानं भारलेल्या एका बिनधास्त महिलेचं पात्र रंगवून त्यांनी स्वतःचं अभिनय कौशल्यही सिद्ध केलं. शिवाय त्यांच्या अप्रतिम अभिनयाला प्रेक्षकांनी भरभरून दाद दिली. यासाठी त्यांना सर्वोत्कृष्ट सहअभिनेत्री म्हणून अकादमी पुरस्कारासाठीही नामांकन मिळालं. त्याच्या पुढच्या वर्षीच म्हणजे १९८६ मध्ये ओप्रा यांनी 'हार्पो प्रॉडक्शन' नावाची स्वतःची निर्मितिसंस्था स्थापन करून आपल्या अभिनयावरील प्रेमाला मूर्त रूप दिलं. त्या म्हणायच्या,

'तुमच्याजवळ जे काही आहे त्याबद्दल कृतज्ञता बाळगा; जेणेकरून तुम्हाला सर्व गोष्टी मुबलक प्रमाणात लाभतील. तुमच्याजवळ जे नाही त्याच गोष्टीवर तुम्ही जर लक्ष केंद्रित केलंत, तर तुम्हाला नेहमीच त्यांचा अभाव जाणवेल.'

हृदयातील दुःख

आपण जर व्यावसायिक जीवनापासून त्यांचं वैयक्तिक जीवन अलग करून तिकडे डोकावलं, तर तिथली परिस्थिती अत्यंत वेगळी होती. इतरांच्या जीवनात प्रकाशाची

पखरण करणाऱ्या ओप्रा यांचं सुरुवातीचं जीवन अंधकारमय होतं. त्यांना नेहमीच प्रेम मिळवण्यासाठी संघर्ष करावा लागला. लहानपणी आईवडिलांचं प्रेम तर मिळालंच नाही, शिवाय तरुणपणीही कित्येकदा त्यांची प्रेमाची स्वप्नं भंग पावली. लहानपणी लैंगिक शोषणासारख्या वेदनाही सोसाव्या लागल्या. समाजात, पावलोपावली वर्णभेदासारखा अपमान सहन करावा लागला. त्या काळात कृष्णवर्णीय लोकांकडे तुच्छ नजरेनं बघितलं जायचं. या सगळ्या गोष्टी कोणालाही अगदी सहजपणे अपयशाच्या दरीत ढकलू शकल्या असत्या. नेमक्या त्याच ओप्रांच्या वाट्यालाही आल्या होत्या तरीदेखील त्यांनी कधीच हार मानली नाही. त्यांचं म्हणणं होतं,

'मी कृष्णवर्णीय असल्याचं मला कधीच वाईट वाटलं नाही. त्या गोष्टीचं कोणतंही ओझं मी माझ्या उराशी बाळगलं नाही. मी कशी दिसते, त्यावरून माझी ओळख ठरत नाही. तो केवळ माझ्या व्यक्तिमत्त्वाचा एक भाग आहे.'

दक्षिण आफ्रिकेत त्यांनी 'ओप्रा विन्फ्रे लीडरशीप अ‍ॅकॅडमी फॉर गर्ल्स' या संस्थेची स्थापना केलीय. तिथल्या विद्यार्थिनी म्हणजे आपल्या मुलीच आहेत असं त्या मानतात. अकादमीतल्या मुलींकडे पाहून त्या गमतीनं म्हणतात, 'आता मला १५२ मुली आहेत आणि पुढच्या वर्षी यात आणखी ७५ मुलींची भर पडेल. तोपर्यंतचा काळ म्हणजे माझ्या गर्भारपणाचाच काळ म्हणायला हवा!'

एंजेल नेटवर्कच्या माध्यमातून मदतीचा हात

ओप्रा स्वतः वंचित वर्गातून आल्या, शिवाय लैंगिक शोषणाच्या बळीही ठरल्या. अशा घटनांमुळे बंडखोरी करून, समाजालाच दोष देत त्या सूड उगवू शकल्या असत्या. पण तसं न करता त्यांनी समाजाच्या प्रगतीत हातभार लावला. १९९१ मध्ये त्यांनी लहान मुलांचं लैंगिक शोषण करणाऱ्यांविरुद्ध मोहीम सुरू केली. १९९३ मध्ये अमेरिकेचे तत्कालीन अध्यक्ष बिल क्लिंटन यांनी ओप्रा विधेयकाचं कायद्यात रूपांतर करून ती मोहीम यशस्वी ठरवली. तेव्हा एका मुलाखती दरम्यान ओप्रा म्हणाल्या, **'आज मी जीवनाच्या अशा टप्प्यावर उभी आहे, जिथे माझ्या मनाप्रमाणे जगण्यास, माझ्या आवडीच्या सर्व गोष्टी करण्यास स्वतंत्र आहे.'**

आजही उत्साही, रसरशीत जीवन जगणाऱ्या ओप्रा नवनवीन गोष्टी शिकण्यासाठी नेहमी तत्पर असतात. त्या म्हणतात –

'यशाची सुरुवात ही केवळ तुमच्यापासूनच होते. अपयशावर माझा

अजिबात विश्वास नाही. तुम्ही जर कोणतंही काम करताना त्यातील प्रक्रियेचा आनंद घेतला असेल, तर मुळात ते अपयश ठरतच नाही.'

यशाची सुरुवात तुमच्यापासूनच

ओप्रा यांनी वेळोवेळी स्वतःला एक कलाकार, लेखिका अशा वेगवेगळ्या रूपात जगासमोर सादर केलं आहे. पण आपल्या विशालहृदयी स्वभावानं जगभरातील चाहत्यांशी त्यांनी जे आत्मीयतेचं नातं जोडलंय, ते अवर्णनीय होतं. आपली यशोगाथा एकाच वाक्यात सांगताना ओप्रा म्हणतात -

'जीवनात यशस्वी होण्यासाठी, तुम्ही समाजाच्या कोणत्या स्तरातून आलात किंवा तुमची पार्श्वभूमी काय, हे कधीच महत्त्वाचं नसतं. यशाची सुरुवात केवळ तुमच्यापासूनच होते.'

वास्तविक, ओप्रा आयुष्यभर आपले आई-वडील, नातेवाईक, मित्र आणि नशिबाला दोष देत, रडतखडत जीवन जगू शकल्या असत्या. पण तसं न करता प्रत्येक गोष्टीची जबाबदारी त्यांनी स्वतः स्वीकारली. स्वतःला अशा दोषांपासून दूर ठेवत त्यांनी आपली क्षमता वाढवली. त्यामुळेच कठीण परिस्थितीतसुद्धा त्यांनी यशाचं जे शिखर गाठलं, ते इतरांसाठी नक्कीच प्रेरणादायी ठरलं.

अपयशी लोक जेव्हा एखादं काम अर्धवट सोडून देतात, तेव्हा ते यशाच्या किती निकट पोहोचलेले असतात याची जाणीवच त्यांना नसते.

– थॉमस एडिसन

स्वसंवाद

या विश्वात दररोज चमत्कार होतात. मीदेखील माझ्या दिव्य योजनेप्रमाणे येणाऱ्या जीवनासाठी तयार आहे.

'अपयश' या शब्दालाच मी आयुष्यातून हद्दपार केलंय. ज्या दिव्य शक्तीच्या योजनेनुसार सूर्य, चंद्र आणि तारे आपापलं काम करतात, तीच दिव्य शक्ती माझ्या जीवनातही कार्यरत आहे.

हे जीवन माझ्यासाठीच तर आहे. मी प्रेम, आनंद आणि विश्वास यांच्यासह पुढे वाटचाल करतोय. भविष्य सुंदर आहे, तिथे सर्व काही भरपूर प्रमाणात आहे आणि ते सर्वांसाठीच असल्याचं मी जाणतो.

पहिलं रहस्य

अध्ययन रहस्य

यशाचं चुंबक

> इतरांमध्ये दोष नसून, तो पाहणाऱ्याच्या नजरेतच असतो. कारण काही चुकीच्या धारणा मनुष्याच्या मनात खोलवर रुजल्या आहेत.

आजचं युग हे माहिती आणि तंत्रज्ञानाचं युग मानलं जातं. अशा वेळी ज्ञान आणि माहिती ही जणू एक प्रकारची शक्तीच म्हणता येईल. या शक्तीच्या साहाय्यानं मनुष्य यशाच्या शिखरावर विराजमान होऊ शकतो. ही शक्ती आत्मसात होते अध्ययनाने, अभ्यासाने. अध्ययन हेच अपयशाचा सामना करण्याचं पहिलं रहस्य आहे. हे रहस्य जाणून घेतल्यानंच आज आय.टी. इंडस्ट्री यशाच्या शिखरावर आहे. कोणत्याही क्षेत्रात यश मिळवण्यासाठी, सर्वप्रथम त्या क्षेत्राची संपूर्ण माहिती करून घेणं आवश्यक असतं. त्याच्या चांगल्या-वाईट अशा सर्व पैलूंविषयी जाणून घ्यावं लागतं. तुम्ही जर वारंवार अपयशी होत असाल, तर निश्चितच तुमच्याकडे ज्ञानाची, माहितीची कमतरता आहे, हे लक्षात घ्या.

मग तयार आहात, 'अध्ययन रहस्य' जाणून घेण्यासाठी? वास्तविक प्रस्तुत पुस्तकाचं पठण ही त्याची पहिली पायरी आहे.

निसर्गाच्या जीवनरूपी शाळेत शिकवण्यासाठी आपल्याला वेगळ्या शिक्षकांची

व्यवस्था नसते, तर आजूबाजूला असणारे लोकच आपले शिक्षक असतात. ते आपल्याला बरंच काही शिकवतात, फक्त आपल्याकडे शिकण्याची कला असायला हवी. या लोकांच्या माध्यमातूनच निसर्गानं आपल्याला शिकवण्याची व्यवस्था केलेली असते. काहीजण आपल्याला सकारात्मक पद्धतीनं शिकवतात, तर काहीजण नकारात्मक वागून. पण लोक कसेही असले, तरी आपला अध्ययन करण्याचा मूळ उद्देश आपण विसरता कामा नये.

शिकण्याचा गुण आत्मसात करा

शिकण्याचा गुण आत्मसात केल्याने मनुष्य, अनावश्यक कृतींपासून दूर राहतो. मनुष्याला शिकण्याची सवय लागल्यानंतर त्याच्यातील चहाड्या, तक्रारी, आरोप करणं, प्रतिस्पर्धा इत्यादी दुर्गुण आपोआपच नष्ट होऊ लागतात. कारण त्याचं लक्ष केवळ शिकण्यावर, अभ्यास करण्यावरच केंद्रित होतं. मग इतर सर्व गोष्टी त्याच्यासाठी गौण ठरतात. परिणामी, मनुष्याची योग्यता वृद्धिंगत होऊन 'यशाची गुरुकिल्ली'च त्याला गवसते.

बहुतांश मुलींना सासरी गेल्यावर काही अडचण येऊ नये, सर्व जबाबदाऱ्या योग्य प्रकारे निभावता याव्यात, यासाठी त्यांची आई वेगवेगळ्या गोष्टी शिकवत असते. पण जर त्या मुलीमध्ये 'शिकण्याचा गुण' नसेल, तर काहीच उपयोग नसतो, मात्र हेच लोकांच्या लक्षात येत नाही. आपण हीच बाब एका उदाहरणाद्वारे समजून घेऊया.

समजा, तुम्ही आपल्या मुलीला वांग्याचं भरीत कसं करावं हे शिकवलंय पण तिच्या सासरी मात्र पनीर भुर्जीच खाल्ली जाते. आता आली का पंचाईत! बहुतेकजण मुलीला, 'अमुक पदार्थ बनवायला शिकवलं... तिला पंजाबी भाजी करता येते...' अशा भ्रामक समजुतीत असताच. त्यामुळे भाज्यांचे विविध प्रकार शिकवले जातात पण 'शिकण्याचा गुण' आत्मसात करणं मात्र तसंच राहून जातं.

तुमच्या मुलीकडे शिकण्याचा गुण असेल, तर तिला काहीच अडचण येणार नाही. सासरी गेल्यावर तिथे पनीर भुर्जी बनवताना पाहून, ती केवळ निरीक्षण करूनच शिकेल. सांगण्याचं तात्पर्य इतकंच, की मुलीला हजारो गोष्टी शिकवण्याऐवजी, 'शिकण्याचा गुण' अवश्य शिकवा. मग, केवळ पाहूनच एखादा नवीन पदार्थ कसा बनवावा... निरीक्षण क्षमता कशी वृद्धिंगत करावी... स्वयंपाक करताना सामान्य ज्ञानाचा उपयोग कसा करावा... कोणताही पदार्थ बनवताना त्याची बेसिक प्रिन्सिपल्स काय आहेत... सासूबाई नेमकं काय करतात, ज्यामुळे त्यांनी बनवलेलं जेवण स्वादिष्ट आणि रुचकर बनतं... अशा अनेक गोष्टींचं सूक्ष्म अवलोकन केल्याने ती मुलगी स्वयंपाकात निपुण बनेल. याच प्रकारे

इतर गोष्टी शिकण्याचंही प्रशिक्षण तिला द्यायला हवं. जेणेकरून इतरांचे गुण अवलोकन करून ते तिला आत्मसात करता येतील.

अपयश आल्यानंतर मनुष्याला इतरांकडे बोट दाखवण्याची, त्यांना जबाबदार धरण्याची सवय असते. यशाचं श्रेय मनुष्य स्वतःकडे घेतो परंतु अपयशाचं खापर मात्र इतरांवर फोडतो. जसं, 'अमुक मित्र किंवा अमुक नातेवाईक माझ्या अपयशासाठी कारणीभूत आहे... शिक्षकांनी नीट न शिकवल्यामुळे मी नापास झालो... हल्ली सर्वत्र पक्षपातीपणा केला जातो, त्यामुळेच मला नोकरी मिळत नाही... मी कोणाची चमचेगिरी करत नाही म्हणून मला प्रमोशन देत नाहीत... माझे आई-वडील संकुचित विचारांचे असल्याने मी जास्त शिकलो नाही... मला चांगला जोडीदार मिळाला नाही, अन्यथा आज मी कुठल्या कुठे जाऊन पोहोचलो असतो...' इत्यादी.

अशा इतरांना दोष देण्याच्या सवयीमुळे मनुष्य स्वतःला आलेल्या अपयशाची कारणमीमांसा करू शकत नाही. मग तो विषय पूर्णपणे बंद होतो, ठप्प होतो आणि त्यामधून काही शिकण्याची गोष्टच दूर राहते. खरंतर इतरांना दोष देण्याच्या सवयीतून मुक्त झाल्याने मनुष्याच्या जीवनात चांगल्या घटना आकर्षित होऊ लागतात. कारण त्याच्यातील भीती, राग, क्रोध, तिरस्कार इत्यादी नकारात्मक भावना नाहीशा होतात. या अवस्थेत मनुष्य इतरांच्या चुकांकडे बोट न दाखवता, शांत राहून केवळ आपल्या कामावरच लक्ष केंद्रित करतो. मग यशश्री त्याच्या पायाशी लोळण घेणार नाही तरच नवल!

जोपर्यंत मनुष्याला अध्ययन रहस्य ठाऊक नसतं, तोपर्यंत त्याला इतरांमध्ये दोष पाहण्याची सवय असते. जणू जगातले सर्व लोक त्याला त्रास देण्यासाठीच आहेत, अशा दृष्टिकोनातून तो त्यांच्याकडे पाहतो. पण वस्तुस्थिती मात्र तशी अजिबात नसते. ओप्रांच्या जीवनातून आपल्याला नेमका हाच बोध मिळतो.

वास्तविक, हे जग म्हणजे एक पाठशाळा असून, इथे प्रत्येकजण इतरांकडून काहीतरी शिकण्यासाठीच येतो. 'अध्ययन करणं आणि सतत शिकण्याचा ध्यास बाळगणं,' हेच अपयशाचा सामना करण्याचं पहिलं रहस्य आहे. हे रहस्य समजून घेण्यासाठी दोन गोष्टी लक्षात ठेवा-

एक - जगातील लोक आपलंच प्रतिबिंब असतात.

दोन - इतरांमध्ये दोष नसून, तो पाहणाऱ्याच्या नजरेतच असतो. कारण काही चुकीच्या धारणा मनुष्याच्या मनात खोलवर रुजल्या आहेत.

काही लोकांना भेटताच आपल्या मनात सुखद भावना निर्माण होते; तर काही लोकांना पाहून आपल्या मनात नकारात्मक भाव निर्माण होतात. पण ज्या लोकांकडे पाहून तुमच्या मनात दुर्भावना निर्माण होते, त्यात त्यांचा काही दोष असतो का? मुळीच नाही! याउलट हे लोक आपल्याला आपल्याच आंतरिक अवस्थेचं दर्शन घडवत असतात. थोडक्यात, दोष त्यांच्यात नसून त्यांच्याकडे पाहणाऱ्या आपल्या मनोवृत्तीत, दृष्टिकोनात आणि पूर्वग्रहात आहे.

काही लोकांकडे पाहताच आपल्याला चांगलं वाटतं, तर काही लोक समोर येताच मनात वाईट विचार डोकावू लागतात. त्यामध्ये त्या लोकांचा काहीच सहभाग नसतो, तर त्या विचारांतून स्वतःच्याच मनावृत्तींचं दर्शन आपल्याला होत असतं. साहजिकच दोष त्यांच्यात नसून, तो पाहणाऱ्याच्या नजरेत असतो. कारण तुमच्या त्या व्यक्तीविषयी काही धारणा असतात, त्यामुळे तुम्हाला त्यांच्यातले दोष दिसतात. परंतु तुमच्या नजरेला जर तुम्ही योग्य प्रशिक्षण दिलंत, तर प्रत्येक क्षणी ती आपल्याला काही ना काही शिकवेल.

निरीक्षणाद्वारे शिकण्याची क्षमता

माणूस खूप गोष्टी पाहून शिकतो. तो ज्या वातावरणात, ज्या लोकांमध्ये राहतो, त्यांच्याप्रमाणेच वागू लागतो. त्याची देहबोली, भाषा, इतरांशी तो करत असलेला व्यवहार आणि त्याच्या मनात तयार झालेल्या त्याविषयीच्या धारणा... या सर्व गोष्टींवर त्याच्या आसपास राहणाऱ्या लोकांची जबरदस्त छाप असते.

मनुष्य केवळ निरीक्षणातूनच बऱ्याच गोष्टी शिकत असतो. तो ज्या वातावरणात, ज्या लोकांमध्ये राहतो त्यांच्याप्रमाणेच बनतो, वागतो. त्यांचीच भाषा बोलू लागतो आणि इतर लोकांप्रमाणेच त्याच्या धारणाही पक्क्या होत जातात.

त्यामुळे, ज्या क्षेत्रात तुम्हाला स्वतःला सिद्ध करायचंय, त्या क्षेत्रातील तज्ज्ञ लोकांच्या सहवासात राहिल्यानं, तुमची गुणवत्ता आपोआप वाढते. म्हणूनच वैद्यकीय महाविद्यालयातून उत्तीर्ण झालेले नवे डॉक्टर्स स्वतःचा वैद्यकीय व्यवसाय सुरू करण्याआधी अनुभवी आणि तज्ज्ञ डॉक्टरांच्या हाताखाली साहाय्यक म्हणून काम करतात. शिवाय इतर क्षेत्रांतील नवखे लोकही अनुभवी लोकांकडे साहाय्यक म्हणून काम करतात. जेणेकरून त्यांची गुणवत्ता वाढायला मदत होते.

यशस्वी होण्यासाठी तुमची निरीक्षण वा अवलोकन शक्ती (ऑब्जर्वेशन पॉवर) तीक्ष्ण असायला हवी. याचं सर्वोत्तम उदाहरण म्हणजे एकलव्य. गुरू द्रोणाचार्य जेव्हा अर्जुनाला धनुर्विद्या शिकवायचे, तेव्हा एकलव्य दुरूनच त्यांचं निरीक्षण करायचा. या

तीक्ष्ण अवलोकन क्षमतेमुळेच, तो कालांतरानं अर्जुनापेक्षाही श्रेष्ठ धनुर्धर बनला.

ज्या लोकांची निरीक्षणशक्ती आणि ग्रहणक्षमता तीक्ष्ण असते, ते इतर लोकांच्या सहजासहजी लक्षात न येणाऱ्या गोष्टीही पटकन शिकतात. म्हणूनच दत्तात्रय महाराजांनी निसर्गातील २४ तत्त्व आणि अन्य प्राण्यांकडून जीवनाचे वेगवेगळे बोध घेतले. शिवाय त्यांनाच आपलं गुरू मानलं.

तुम्हाला ज्या क्षेत्रात, विषयात, विशिष्ट गुणांची क्षमता निर्माण करायची असेल, तर त्यामध्ये निपुण असलेल्या लोकांच्या सहवासात तुम्ही राहा, त्यांचं निरीक्षण करा. शिवाय तुम्ही अशा लोकांची चरित्रं वाचा, त्यांचे अनुभव एका. जेणेकरून हळूहळू तुम्हीही त्या गोष्टी आत्मसात करू शकाल.

लोकांचे सात प्रकार आणि अध्ययनाची योग्य पद्धत

जगात विविध प्रकारचे लोक असतात आणि यशस्वी होण्यासाठी आपल्याला लोकांच्या सहकार्याची आवश्यकता असते. पण लोकांचं मनोगत जाणून न घेता, त्यांच्या शूजमध्ये न जाता, तुमच्या ध्येयपूर्तीच्या प्रवासात तुम्ही त्यांना सामील करून घेऊ शकणार नाही. त्यासाठी आधी तुम्हाला लोकांचं आकलन करता यायला हवं. एकंदरीतच स्वभाव आणि वर्तणुकीच्या आधारे, लोकांचे एकूण सात प्रकार आढळून येतात. हे सात प्रकार आता आपण समजून घेऊया. त्याचवेळी आपण त्यापैकी कुठल्या प्रकारचे आहोत, याचीही पारख तुम्हाला करायची आहे. तुम्ही कोणत्याही प्रकारात मोडत असला तरीही सातव्या प्रकारचा मनुष्य बनणं हेच तुमचं ध्येय असायला हवं.

पहिल्या प्रकारच्या लोकांना म्हटलं जातं– **'कारल्यासारखे कडू लोक'**. हे लोक स्वभावाने कडवट असतात. अपराध करणं हे त्यांचं रोजचं काम असतं. समाजामध्ये अराजकता आणि अशांतता पसरवणं, हाच त्यांचा उद्देश असतो.

दुसऱ्या प्रकारचे लोक म्हणजे **'मँगो पीपल'**. आम इन्सान... म्हणजे सर्वसामान्य माणूस! असे लोक कोणताही अपराध करत नाहीत पण त्यांचे विचार मात्र यांत्रिकी म्हणजे यंत्राप्रमाणे ठरावीक साच्याचेच असतात. त्यामुळे ते केवळ यांत्रिक जीवन जगतात. बेहोशीत जगताना, ते इतरांचं अंधानुकरण करण्यातच धन्यता मानतात. त्यांना स्वतंत्र विचार करताच येत नाहीत.

हे सामान्य लोक भावनात्मकदृष्ट्या दुबळे असतात. एखाद्यानं त्यांची स्तुती केली तर ते हुरळून जातात. मग अशांना मिळतात केवळ बेन्टेक्स (खोटे) मित्र. हे खोटे मित्र केवळ इतरांची स्तुती करून स्वतःचा हेतू साध्य करतात. जसं, लोकांचं कौतुक करून

त्यांच्याकडून हॉटेलमध्ये पार्टी घेणं... ऑफीसमधील काम त्यांच्याकडून करून घेणं इत्यादी. खरंतर अशा लोकांपासून सावध राहण्याचं प्रशिक्षण सर्वसामान्य लोकांनी घ्यायला हवं.

तिसऱ्या प्रकारचे लोक म्हणजे **'अक्रोडासारख्या कठीण कवचाचे लोक'**. हे लोक प्रामुख्यानं मेंदूचा, बुद्धीचा वापर करतात. तर्कसंगत, बुद्धीला पटल्यानंतरच ते निर्णय घेतात. हे सर्वसामान्यांपेक्षा थोड्या वरच्या स्तरावरचे असतात. यशप्राप्तीसाठी ते नेहमी बुद्धीचा वापर करतात.

यानंतर येतात ते चौथ्या प्रकारचे लोक, **'ॲपल पीपल'**; म्हणजे न्यूटनसारखे लोक. न्यूटनने झाडावरून सफरचंद खाली पडताना पाहिलं आणि गुरुत्वाकर्षणाचा शोध लागला. असे लोक बुद्धी आणि हृदय या दोहोंचा उपयोग करतात.

पाचव्या प्रकारचे लोक असतात, **'लेमन ऑरेंज ज्यूस'** सारखे. अक्रोडाचं कठीण कवच फोडून, सफरचंदासारखी बुद्धी आणि हृदय या दोन्हींचा ताळमेळ असलेले. पुढे काही लोक 'लेमन'कडे, तर काहीजण 'ऑरेंज' बनण्याच्या दिशेनं वाटचाल करू लागतात. लेमन म्हणजे कर्मकांड आणि सिद्धीच्या मार्गानं जाणारे लोक. अशा लोकांना शक्तीचं आकर्षण वाटतं त्यामुळेच ते तांत्रिक बनतात. याउलट काही लोक ऑरेंज, म्हणजे केशरी रंगाकडे, ज्ञानमार्गाकडे वाटचाल करतात. या पाचव्या स्तरावर हाच मुख्य धोका असतो. कोणी लेमनकडे, तांत्रिक मार्गाकडे जातं तर कोणी ऑरेंजकडे म्हणजे ज्ञानाच्या वाटेवर अग्रेसर होतं. वास्तविक आकाराकडून निराकाराकडे जाणं हे तुमचं मुख्य ध्येय असायला हवं. ज्यूस म्हणजे जिथे आकार नष्ट होऊन तरलपणा येतो, बाह्य आवरण विलीन किंवा नरम होतं.

सहाव्या प्रकारचे लोक असतात **'अंकुरित लोक'**. तुम्ही जर जमिनीमध्ये ज्यूसरूपी खाद्य आणि पाण्याची शिंपण केली, तर एक छोटंसं रोपटं... अंकुर उगवतो. त्या अंकुरासारखेच हे लोक असतात. ज्या चेतनेच्या साक्षात्कारासाठी मनुष्य पृथ्वीवर आलाय, ती चेतना यांच्या अंतर्यामी जागृत होत असते. त्यामुळेच त्यांना 'अंकुरित लोक' असं म्हटलं जातं. त्यांच्या अंतर्यामी आत्मसाक्षात्कार होण्याची प्रक्रिया सुरू झालेली असते, तरी तिथेही संकट पूर्णपणे टळलेलं नसतं. तो इवलासा अंकुर, सहजपणे एखाद्या गोष्टीशी आसक्त होऊन, सत्याच्या मार्गाऐवजी उलट्या दिशेनं भरकटू शकतो. एखाद्या सिद्धीचं आकर्षण त्यांना खेचू शकतं. अशा लोकांना आत्मसाक्षात्कार जरी झाला तरीदेखील, नाव, प्रसिद्धी यांसारख्या गोष्टींचंच अधिक आकर्षण असतं.

सातव्या प्रकारच्या लोकांमध्ये असा कोणत्याही प्रकारचा धोका नसतो. ते पूर्णपणे

'रिस्क-फ्री' असतात. म्हणजेच त्यांना ना अहंकाराचा धोका असतो ना बाह्य घटनांचा! तुफानी वादळही त्यांना हलवू शकत नाही. कारण आता ते जणू लोहचुंबकच बनलेले असतात.

आपलं लक्ष्य आहे, या सातव्या प्रकारातील मोडणारा सफल मनुष्य बनणं, महाचुंबक बनणं. जिथं अहंकार तरल स्वरूपाचा ज्यूस बनलेला असतो. हे अध्ययन रहस्य समजून तुम्हाला फ्री, रिस्क फ्री व्हायचं आहे. म्हणजेच मनाच्या दोलायमान स्थितीतून मुक्तही व्हायचं आहे. त्याचबरोबर मनानं पुन्हा मायेचा गुलाम बनण्याची शक्यताही नष्ट करायची आहे. त्यासाठी निरनिराळ्या घटनांमध्ये तुम्ही स्वतः काय प्रतिक्रिया देताय, अजूनही तुमच्यामध्ये कोणकोणते रिस्क फॅक्टर्स शिल्लक आहेत, हे पडताळून बघा.

तुम्ही या सात प्रकारांपैकी नक्की कोणत्या स्तरावर आहात, याविषयी मनन करा. तुम्ही अक्रोडासारखे कठीण आहात, की ॲपलप्रमाणे मऊ झाला आहात? तुम्ही जर कडू कारल्यासारखे असता, तर या सर्व गोष्टी वाचल्याच नसत्या. सर्वसामान्य लोकांपेक्षा (मँगो पीपल) तुम्ही नक्कीच वरच्या स्तरावर आहात. परंतु पाचव्या स्तरावर (लेमन, ऑरेंज, ज्यूस) जो धोका आहे, त्यापासून तुम्ही नेहमी सावध राहायला हवं.

तुम्ही जर 'अंकुरित मनुष्य' या स्तरावर असाल तर, 'माझ्या आजूबाजूला अशा कोणत्या गोष्टी आहेत, ज्यामुळे तो अंकुर नष्ट होऊ शकतो? त्या इवल्याशा रोपट्याला कोणत्या घटना पायांखाली तुडवू शकतात? त्यापासून बचाव करण्यासाठी काय करायला हवं? अशा अनेक बाबींवर मनन करा.

दिवसभरात घडणाऱ्या घटनांमध्ये तुम्हाला कोणत्या दिखाऊ आणि नकारात्मक गोष्टी दिसतात? शिवाय त्या वरचढ झाल्याने तुम्ही निराश होता का? जसं, एके ठिकाणी साइन बोर्ड होता, 'हे पार्किंग केवळ टू व्हिलर साठीच आहे.' हे वाचून, तिथं आलेल्या एकानं आपल्या फोर व्हिलरची दोन चाकं काढून टाकली. पण थोडं पुढं गेल्यानंतर फोर व्हिलरच्या पार्किंगचीही सोय असल्याचं, त्याच्या लक्षात आलं. पण आता काय उपयोग? जे घडायचं होतं, ते तर घडून गेलं. या उदाहरणाप्रमाणे कोणकोणत्या ठिकाणी किंवा घटनांमध्ये, नकली शान तुमच्यावर स्वार होऊ पाहते? ज्यामुळे तुम्ही अयोग्य प्रतिसाद देता, अशी धोकादायक ठिकाणं ओळखून, त्यांची यादी बनवा. मग त्यांबाबत सजगतेनं, काही नवे प्रयोग करून पाहा.

तुमच्यातील कमजोर क्षेत्रांची ओळख पटल्यानंतर, योग्य समजेसह तुम्ही प्रार्थना करा. त्यामुळे हळूहळू तुम्हाला त्या दुर्बलतेवर मात करता येईल.

वास्तविक 'रिस्क फ्री' होण्याचा गुण म्हणजे अपयशाचा सामना करण्यासाठीचं जणू ब्रह्मास्त्रच आहे. पण ते ब्रह्मास्त्र मिळवण्यासाठी प्रथम तुम्हाला स्वतःच्या मनाला आणि शरीराला शिस्त लावावी लागेल. खरंतर, ही स्टॅबिलायझेशनची, स्वानुभवात स्थापित होण्याची तयारी असते. कारण हेच शरीर तुमच्या अभिव्यक्तीचं माध्यम बनणार असतं. त्यासाठीच तुमच्या मनोशरीर यंत्राची तयारी असायला हवी. अन्यथा या शरीराचे नखरे तुम्हाला सहन करावे लागतात. याचा अर्थ तुम्ही या शरीराची उपेक्षा करावी असा नाही. जर शरीराला सर्दी, खोकला झाला, तर त्याला थोडा आराम द्या, गरम पाणी पाजा आणि डॉक्टरांकडे घेऊन जा. पण काही मर्यादेपर्यंतच. त्यामुळेच दूरदर्शिता बाळगून, स्वतःला आत्तापासूनच काही छोट्या-छोट्या सवयी लावून घ्या. मग, योग्य समज प्राप्त झाल्यानंतर तुम्हाला हे सगळं सहजपणे करता येईल. त्यानंतर तुम्ही ५ मिनिटंही व्यर्थ घालवणार नाही. तुम्ही शरीराला जेव्हा सूचना देता, 'तुला इतका वेळ कार्य करावंच लागेल,' तेव्हा ते निश्चितच तुम्ही दिलेल्या सूचनांप्रमाणे वागतं. शिवाय तुम्ही सांगितलेल्या गोष्टी तुमचं मन ऐकतं, हेही तुमच्या लक्षात येईल.

स्वतःची पारख करण्यासाठी, तुम्हाला कोणत्या गोष्टींचं आकर्षण आहे, याविषयी मनन करा. तुम्हाला वरच्या स्तराचं आकर्षण आहे, की निम्न स्तराचं? तुमच्या शारीरिक इच्छा बलवत्तर असतील, तर तुम्हाला निम्न स्तराचं आकर्षण अधिक आहे असा याचा अर्थ होतो. जर सेल्फची, अंतिम सफलता प्राप्त करण्याची इच्छा अधिक बळावत असेल, तर तुम्हाला उच्चस्तरीय आकर्षण आहे. मग अग्रेसर होण्यासाठी पुढील ॲक्शन प्लॅनची अंमलबजावणी करता येईल-

शारीरिक स्तर – तुम्हाला जर स्वतःच्या शरीराला मंदिर (पवित्र) बनवायचं असेल, तर खाण्या-पिण्याच्या चांगल्या सवयी अंगीकारायला हव्यात. जसं, तुम्ही मसालेदार, तिखट आणि गोड पदार्थांचं सेवन कमी करायला हवं. तुम्ही नियमितपणे व्यायाम, आसनं आणि प्राणायाम करत असाल, तर उच्चस्तरीय दिशेने आकर्षित होऊ लागता.

मानसिक स्तर – तुमची एकाग्रता आणि आंतरिक शांती वृद्धिंगत होत असेल, तर तुम्हाला उच्च स्तरावरचं आकर्षण खेचतंय, असा याचा अर्थ होतो.

सामाजिक स्तर – तुम्ही जर आजार, तिरस्कार, तणाव, बेहोशी, बोरडम किंवा आळस यांसारख्या विकारांतून मुक्त होत असाल... इतरांच्या गुणांवर लक्ष केंद्रित करण्याची व उपस्थित नसलेल्या मनुष्याविषयी

वाईट न बोलण्याची सवय तुमच्यात विकसित होत असेल... सर्वांसोबत तुमचं नातं मधुर बनलं असेल, तर तुम्हाला उच्च स्तराची ओढ आहे; असा याचा अर्थ होतो.

आर्थिक स्तर – जर तुम्हाला 'आवश्यकता' आणि 'इच्छा' यांमधला फरक समजल्याने, मोहमायेच्या गोष्टींचं आकर्षण कमी झालं असेल... आता तुम्हाला पैशांची कमतरता भासत नसेल... 'पैसा साधन आहे, साध्य नव्हे' हे गूढ रहस्य ज्ञात झाल्याने, तुमच्या जीवनाचं ध्येयच बदललं असेल, तर आर्थिक बाबतीतही तुम्हाला उच्चस्तरीय आकर्षण आहे.

आध्यात्मिक स्तर – आता तुम्ही घटनांमध्ये अधिक वेळ गुंतून पडत नसाल, प्रत्येक तासाला मनन किंवा दिवसातून १-२ वेळा ध्यान होत असेल, खुलणं-विकसित होणं या गोष्टीत वृद्धी होत असेल, आनंद द्विगुणित होत असेल, स्वानुभवावर अधिक वेळ स्थिर राहू शकत असाल, तर याचा अर्थ आध्यात्मिक बाबतीतही तुम्हाला उच्च गोष्टीचं, अंतिम सफलतेचं आकर्षण आहे.

अध्ययन रहस्य उलगडणारे प्रश्न–

१. जीवनामध्ये मनाविरुद्ध उद्भवणाऱ्या परिस्थितीसाठी तुम्ही कोणाला दोषी मानता?

२. समोरची व्यक्ती ही माझंच प्रतिबिंब आहे, असं समजून काही बोध घेता का?

३. सातपैकी कोणत्या प्रकारच्या लोकांमध्ये तुमचा समावेश होतो?

४. स्वतःच्या दुर्बल स्थानांची, तुम्हाला माहिती आहे का?

५. तुमच्या जीवनात कोणकोणते रिस्क फॅक्टर आहेत?

६. ते नष्ट करण्यासाठी तुम्ही कोणती पावलं उचलणार आहात?

ज्या गोष्टीसाठी तुम्ही योग्य बनता, ती निश्चितच तुमच्याकडे येते. ज्या गोष्टीसाठी तुमची पात्रता नसते, ती मार्गातच अडून राहते. त्यासाठी तुमची पात्रता, योग्यता आणि क्षमता, निरंतर अभ्यासाद्वारे वाढवत राहा.

अपयशाचा अंत

अपयशानं निराश होऊन, इतरांशी वाद घालण्याची इच्छा जागृत होईल, अथवा इतरांविषयी वाईट भावना मनामध्ये येऊ लागतील, तेव्हा शांतपणे, मैत्रीच्या भावनेनं स्वतःला सांगा–
मी वादविवादाच्या नव्हे, तर शांतीच्या पक्षात आहे.
मी ईर्षेच्या नव्हे, तर सद्भावनेच्या पक्षात आहे.

विवेकानंदांना शारदामाता प्रेमाने 'नरेन' अशी हाक मारत असत. शिकागो येथे होणाऱ्या धर्मपरिषदेला जाण्याआधी ते जेव्हा शारदामातेकडं आशीर्वादासाठी गेले, त्यावेळी त्या स्वयंपाक करीत होत्या म्हणून त्यांनी त्यांना तिथंच बोलावलं. थोडा वेळ चर्चा झाल्यानंतर, विवेकानंदांनी सांगितलं, की अमेरिकेत होणाऱ्या धर्मपरिषदेला लोक त्यांना हिंदू धर्माचा प्रतिनिधी म्हणून पाठवू इच्छितात. शारदामाता यावर काहीही उत्तर न देता, आपलं काम करत राहिल्या. मग, अचानक त्यांनी विवेकानंदांना सांगितलं, 'नरेन, जरा तो चाकू दे पाहू.' विवेकानंदांनी चाकू उचलला, पण पात्याची धारदार बाजू स्वतःच्या हातात पकडून मुठीचा भाग गुरुमातेच्या हातात दिला.

चाकू घेतल्याबरोबर शारदामातांनी आनंदाने विवेकानंदांना अमेरिकेला जाण्यासाठी आशीर्वाद आणि परवानगी दिली. विवेकानंदांनी जेव्हा विचारलं, की त्यांनी लगेचच अनुमती न देता चाकू दिल्यावरच आशीर्वाद का बरं दिला? तेव्हा त्या हसत-हसत म्हणाल्या, 'मला बघायचं होतं, की तुझ्या जाण्याचा खरा उद्देश काय आहे? मला अशी भीती वाटत होती, की तू तुझी लोकप्रियता वाढविण्यासाठी तर अमेरिकेला जात नाहीस ना? म्हणून मी तुला चाकू उचलण्यासाठी सांगितलं. जर तू चाकूची मूठ तुझ्याकडं आणि धारदार भाग माझ्याकडं ठेवला असतास, तर मी तुला धर्मपरिषदेला जाण्याची परवानगी कधीच दिली नसती; पण तू धारदार भाग स्वतःकडं ठेवलास. यावरून तुझ्या मनात स्वहित नसून परहित आहे, हे मला कळलं. या घटनेतून मी तुझी परीक्षा घेतली आणि त्यात तू उत्तीर्णही झालास.'

स्वामी विवेकानंदांप्रमाणे नि:स्वार्थ भावनेनं केलेलं प्रत्येक कार्य गुणवत्तेचं रहस्य उकलतं.

● **यशप्राप्तीत बाधा आणणारे विचार** ●

माझ्या अंतर्यामी दडलाय अहंकार,
ज्यामुळे नात्यांमध्ये सुरू आहे तक्रार

● **महाअनुवाद** ●

शांतीची ज्योत प्रज्वलित करून, कर अहंकारावर प्रहार,
मग मिळेल तुला मधुर नात्यांचा प्रेमपूर्ण उपहार.

दुसरी कहाणी

केल्याने होत आहे रे, आधी केलेची पाहिजे

नि:स्वार्थ जीवन

> तुम्हाला जर या विश्वात शांतता आणि सद्भावना निर्माण करायची असेल तर सर्वप्रथम तुमच्या अंतर्यामी सुरू असणारं युद्ध थांबवा. ज्या क्षणी ते युद्ध थांबेल, तत्क्षणी जागतिक युद्ध संपण्याचा शुभारंभ होईल.

नेल्सन मंडेला यांना जगभरात दक्षिण आफ्रिकेचे पहिले कृष्णवर्णीय राष्ट्रपती म्हणून ओळखलं जातं. त्यांनी स्वत:च्या देशाला वर्णभेदाच्या शापापासून मुक्त करून समाजात निर्माण होत असलेली अशांती दूर केली. आयुष्यभर ते स्वातंत्र्यासाठी लढत राहिले. त्यासाठी त्यांनी कित्येकदा तुरुंगवासही भोगला. १९९३ मध्ये शांती नोबेल पारितोषिकाने त्यांचा सन्मानही करण्यात आला.

साधारण मुलगा नेल्सन

नेल्सन मंडेला यांचा जन्म दक्षिण आफ्रिकेच्या मवेजो नदीजवळील एका गावात १८ जुलै १९१८ मध्ये झाला. 'नेल्सन' या मूळ आफ्रिकन नावाचा अर्थ होतो – 'संकटाला निमंत्रण देणारा'. अशा प्रकारे त्यांचं नावच, त्यांना आयुष्यभर संघर्ष करावा लागणार आहे, हे दर्शवत होतं.

मंडेला यांच्या बालपणीचा काळही अतिशय खडतर होता. खरंतर, त्यांचे वडील एका आदिवासी गावाचे प्रमुख बनणार होते. पण त्याचवेळी गोऱ्या प्रशासकीय अधिकाऱ्यांनी त्यांच्यासमोर अनेक अडचणी निर्माण करून, त्यांचे सर्व प्रशासकीय अधिकार हिरावून घेतले. अखेर, मंडेला परिवार देशोधडीला लागला. शेवटी, जिवंत राहण्यासाठी त्यांनी अशा एका गावात आश्रय घेतला, जिथं ते स्वत:च शेती करायचे, नदीवरून पाणी आणायचे आणि जेवण रांधायचे.

वयाच्या अवघ्या नवव्या वर्षी मंडेला यांचं पितृछत्र हरपलं. त्यामुळे त्यांना पुन्हा आपलं घर सोडून अन्य ठिकाणी जावं लागलं. यावेळी ते मव्खक्केज्वेनी नावाच्या शहरात गेले. तिथं एका परिवारानं त्यांना दत्तक घेतलं आणि त्यांचं पालनपोषण केलं. शालेय जीवनातही मंडेला यांना वर्णभेद आणि उच्च-नीच जातीभेदासारख्या समस्येला तोंड द्यावं लागलं. मंडेला यांच्या शाळेच्या पहिल्याच दिवशी त्यांच्या शिक्षिकेने प्रत्येक विद्यार्थ्याला एक विदेशी नाव दिलं. त्या काळात सर्व आफ्रिकी विद्यार्थ्यांना हा नियम लागू होता. अर्थातच त्यामागे ब्रिटिश राजवट असल्यानेच अशा प्रकारचे नियम तयार करण्यात आले होते. पण तरीदेखील नेल्सन अजिबात डगमगले नाहीत. याउलट समाजातून अशा चालीरीती मुळापासून उखडून टाकण्याचा त्यांचा निश्चय अधिक दृढ होत गेला. म्हणून शिक्षिकेनं त्यांचं नामकरण केलं- नेल्सन.

गोऱ्या लोकांनी कशा प्रकारे आपली संपत्ती हडपली, याच्या कहाण्या ऐकतच नेल्सन मंडेला मोठे झाले. त्यातूनच दक्षिण आफ्रिकेला स्वातंत्र्य मिळवून देण्याचं स्वप्न ते पाहू लागले.

मंडेला यांनी खूप मन लावून अभ्यास केला. विश्वविद्यालयात त्यांनी वकिलीचं उच्चशिक्षण घेतलं. त्यामागे आपल्याच देशातील लोकांची सेवा करण्याचा त्यांचा मानस होता.

राजकीय जीवन, तुरुंगवास आणि अध्यक्षपद

आफ्रिकन नॅशनल काँग्रेसच्या माध्यमातून सन १९४२ मध्ये नेल्सन मंडेला यांनी राजकारणात प्रवेश केला. लवकरच ते एका युवा आघाडीत सामील झाले. १९४९ पर्यंत मंडेला यांनी अनेक धरणं आदोलनं, बहिष्कार आणि इतर अहिंसात्मक आंदोलनं केली. त्यांनी समान अधिकार, शिक्षणाचा हक्क, जमिनीच्या संपत्तीचा अधिकार आणि कामगारांचे हक्क यांसाठी सातत्यानं संघर्ष केला.

नेल्सन मंडेला यांच्या या सर्व चळवळींमुळे त्यांना तुरुंगवासही भोगावा लागला. १९५६ मध्ये त्यांना देशद्रोहाच्या आरोपाखाली अटक करण्यात आली. मात्र कालांतरानं त्यांची सुटका करण्यात आली. १९६१ मध्ये कामगारांच्या राष्ट्रीय संपाचं नेतृत्व केल्याच्या कारणावरून त्यांना पाच वर्षांच्या तुरुंगवासाची शिक्षा ठोठावण्यात आली. १९६३ मध्ये पुन्हा त्यांना सरकारविरुद्ध केलेल्या अनेक अपराधांसाठी शिक्षा करण्यात आली. २७ वर्षांच्या तुरुंगवासाच्या शिक्षेत त्यांना अतिशय वाईट वागणूक देण्यात आली. तुरुंगात असतानाच त्यांच्या एका सहकाऱ्याचा टी.बी.मुळे मृत्यू झाला. परंतु मंडेलांनी शिक्षा भोगत असतानादेखील स्वतःच्या कामात कधीच खंड पडू दिला नाही. एवढंच नव्हे, तर तुरुंगात राहूनही त्यांनी वकिलीचं शिक्षण पूर्ण केलं. जणू 'अव्यक्तिगत जीवन' हेच त्यांच्या जीवनाचं परमलक्ष्य होतं आणि ते जगलेही याच ध्येयपूर्तीसाठी!

मंडेला यांचं तुरुंगातलं आयुष्यही अतिशय प्रभावशाली होतं. तुरुंगात राहूनच ते आपल्या समाजाला मार्गदर्शन देत राहिले. ते समाजासाठी इतके उपयुक्त, महत्त्वपूर्ण बनले, की लोकांनी त्यांच्या सुटकेसाठी चळवळ सुरू केली.

वर्णभेद करणारे कायदे, नियम हटवले जावेत म्हणून दक्षिण आफ्रिकेतील सरकार बनवण्यासाठी त्यांनी तुरुंगातूनच प्रयत्न सुरू केले. संपूर्ण देशाचं नेतृत्व करण्यासाठी आवश्यक असणारं बहुमताचं पाठबळही त्यांनी मिळवलं. त्याचबरोबर, दक्षिण आफ्रिकेतील गौरवर्णीय आणि कृष्णवर्णीय लोकांमध्ये समन्वय साधण्यासाठी त्यांनी केलेलं कार्य निश्चितच वाखाणण्याजोगं आहे.

मंडेलांच्या नेतृत्वाखाली एल्डर्स नावाच्या गटानं अनेक अशासकीय कामं केली. मानवतेला काळीमा फासणाऱ्या नरसंहारासारख्या जागतिक समस्यांवर त्यांनी काही ठोस उपाययोजनाही केली. ५ डिसेंबर २०१३ रोजी वयाच्या ९५ व्या वर्षी मंडेलांचे देहावसान झाले. आपण जर त्यांनी सांगितलेली तत्त्वं दैनंदिन जीवनात अंगीकारली तर हीच त्यांच्यासाठी खरी श्रद्धांजली ठरेल.

नेल्सन मंडेला यांचं जीवन, जणू शिकवणच

नेल्सन मंडेला यांनी नेहमी समाजासाठी कार्य करण्यातच धन्यता मानली. वास्तविक, सुरुवातीच्या काळात त्यांना लोकांचा फारसा पाठिंबा लाभला नव्हता. शिवाय राजकारणात उतरल्यानंतर त्यांना अनेकवेळा तुरुंगवासही पत्करावा लागला. परंतु तुरुंगातही ते स्वतःच्या तत्त्वांपासून, नियमांपासून विचलीत झाले नाहीत. परिणामी, दिवसेंदिवस

लोकांचा त्यांच्यावरचा विश्वास बळावत गेला. त्यांच्या विरोधात असणाऱ्या लोकांनी त्यांना खाली खेचण्याचे अनेक प्रयत्न केले, तरीदेखील त्यांच्या कीर्तीची आणि शक्तीची पताका दिवसेंदिवस उंचावतच गेली.

मंडेला यांनी कधीच परिस्थितीसमोर हार मानली नाही. त्यांचे प्रयत्न अथकपणे सुरूच असत. अनेकदा प्रतिकूल परिस्थितीतही त्यांनी अपयशाला यशस्वीरीत्या तोंड दिलं. अपयशाशी झुंजण्याची तयारी असेल, तर सर्व काही सहजशक्य असतं, हाच जणू मंडेलांच्या जीवनाचा संदेश म्हणायला हवा.

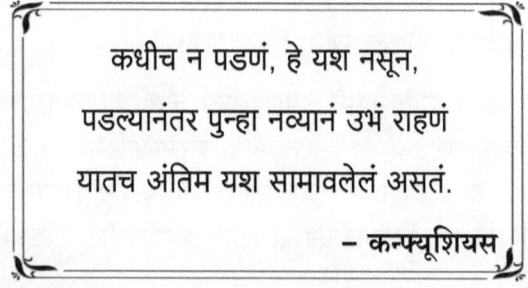

कधीच न पडणं, हे यश नसून,
पडल्यानंतर पुन्हा नव्यानं उभं राहणं
यातच अंतिम यश सामावलेलं असतं.

– कन्फ्यूशियस

स्वसंवाद

मी ईश्वराद्वारे बनवलो गेलो आहे

म्हणून शांती, जो ईश्वराचा स्वभाव आहे

तो माझ्या हृदयात पसरतो आहे.

माझ्या सभोवताली आनंदाच्या लहरी उठत आहेत.

मी अखंड शांतीचा अनुभव करत आहे.

खरंतर क्रोध, समस्या आणि चिंतेने मी अद्यापही ग्रासलेलो आहे.

तरीदेखील मी शांत, निश्चिंत आणि स्थितप्रज्ञ आहे.

शांती... शांती... शांती... मौन

दुसरं रहस्य

शांती रहस्य

अपयशाचा कोलाहल, यशाची शांतता

> आयुष्याचा प्रत्येक क्षण, प्रत्येक तास आणि
> प्रत्येक दिवस आपण कसा व्यतीत करतो,
> या बाबीवर आपलं यश अवलंबून असतं.

पीस (Peace) म्हणजे शांतता. केवळ बाहेरच्या जगातील गोंधळापासूनच नव्हे, तर आपल्या अंतर्यामी सदैव सुरू असणाऱ्या कोलाहलातही स्थिरचित्त राहण्याची कला, म्हणजेच पीस रहस्य! यशप्राप्तीचं हे दुसरं रहस्य सांगतं, 'सफलता मिळाल्यावर तुम्हाला शांती मिळेल असं नसून, शांतीपूर्ण अवस्थेत राहिल्याने यश प्राप्त होतं.' हे रहस्य उलगडल्याने प्रत्येक क्षणी मनुष्याच्या अंतर्यामी चालणाऱ्या कोलाहलापासून त्याला मुक्ती मिळते आणि यशाची कवाडं त्याच्यासाठी खुली होतात.

तुम्हाला जर अपयशामुळे आलेली अशांती नाहीशी करायची असेल, तर तुमचे विचार शांतीच्या पक्षात असणं अतिशय महत्त्वपूर्ण ठरतं. आता, तुमच्या मनात प्रश्न निर्माण होईल, शांतीच्या पक्षात राहायचं तरी कसं? त्यासाठी एक प्रभावशाली टेक्निक उपयोगात आणता येईल, ज्याचं नाव आहे, **'गुड मॉर्निंग पीस'**.

बहुतेक लोकांना यशप्राप्ती कशी होईल, याची चिंता सतावत असते. पण त्यामुळे ते शांततेपासून दूर होतायत, याची त्यांना जाणीवच होत नाही. खरंतर, आजपर्यंत ज्या

गोष्टींची निर्मिती झाली, ती शांततेमध्येच झाली आहे. ही वस्तुस्थिती आहे. अगदी आदिकालापासून ते आजच्या आधुनिक युगापर्यंत, प्रत्येक परमघटना शांतीच्या माध्यमातूनच अभिव्यक्त झाल्या आहेत. आजवरच्या सर्वोत्कृष्ट कल्पना या शांतीचाच परिणाम आहेत. संशोधकांच्या मनामध्ये या कल्पना तेव्हा अचानक प्रकटल्या, जेव्हा ते परमशांतीच्या अवस्थेत होते. शांत कालावधीतच त्यांच्यात सर्वश्रेष्ठ विचार निर्माण झाले. 'युरेका इफेक्ट' म्हणजे दुसरं तिसरं काही नसून गहन आंतरिक शांतीचे ते क्षण आहेत. हेच क्षण मनुष्याच्या मनात सर्वश्रेष्ठ विचारांना येण्याची अनुमती देतात. अशा प्रकारे शांततेच्या साहाय्यानेच अपयशाच्या कोलाहलावर मात करता येते.

यासाठी शांत राहूनच, शांततेला तुमच्या अंतर्यामी प्रवाहित राहू द्या. त्यासाठी तुम्हाला केवळ 'गुड मॉर्निंग पीस' इतकंच म्हणायचं आहे. तुम्हाला जेव्हा एखादा निर्णय घ्यायचा असेल, समस्येवर उपाय शोधायचा असेल किंवा तुमच्या मनात वादविवादाचे विचार येतील, एखाद्या मनुष्याविषयी वैरभाव निर्माण होत असतील, हिंसा वा अत्याचार पाहण्यात येतील, अथवा एखादी नकारात्मक घटना तुमच्या मनातील शांतीवर स्वार होऊ पाहत असेल, तेव्हा हा मंत्र वारंवार उच्चारा. ज्या क्षणी तुम्ही 'गुड मॉर्निंग पीस' म्हणता, तत्क्षणी तुम्ही शांतीला शरण जाता. ज्यायोगे तुम्हाला संतुष्टी प्राप्त होते. 'गुड मॉर्निंग पीस' हा सिद्धान्त उपयोगात आणण्याच्या दोन पद्धती –

पहिली पद्धत – अपयशाचा कोलाहल शब्दांद्वारे व्यक्त करून त्यांचा निचरा होऊ द्या. सर्व तक्रारी आणि विचार करून स्वतःला पूर्णपणे थकू द्या. त्यानंतर एक मिनिट शांत राहून पुन्हा म्हणा. मग हळूहळू तुमचं थकलेलं मन समर्पित होऊन तुम्ही शांतीपूर्ण अवस्थेत पोहोचाल. त्यानंतर तुमच्या मुखातून जे शब्द निघतील, ते परम शांतीच्या अवस्थेतूनच आलेले असतील हे निश्चित!

मानवाचं सुप्त मन नेमकं अशाच प्रकारे कार्य करतं. जेव्हा त्याला अंतिम क्षमतेपर्यंत थकवलं जातं, तेव्हा ते आपली हार मान्य करतं. मग आहे त्या परिस्थितीसमोर समर्पण केल्याने, तुमचं मन शांत होतं.

दुसरी पद्धत – दुसरी सर्वोत्तम पद्धत म्हणजे, हृदयस्थानाशी एकरूप होणं. यामध्ये तुम्ही थेट स्रोताशीच एकरूप होण्याचा प्रयत्न करा, त्याच्याशी जोडले गेल्याची अनुभूती घ्या. मग तुम्हाला आपोआपच शांतीची जाणीव होते. 'गुड मॉर्निंग पीस' म्हणून काही क्षण मौन धारण करा. मग काही वेळानं डोळे उघडून स्वतःला सांगा, 'आता शांतीला तिचं कार्य करू द्या. समस्येचं निरसन होताना बघा.'

तुमच्याकडून देण्यात येणारे आदेश

तुम्ही जेव्हा 'गुड मॉर्निंग पीस' असं म्हणता, तेव्हा खरंतर तुम्ही शांतीचाच आदेश देत असता. तुमच्या अंतर्यामी प्रकट होणारे विचार म्हणजे इतर काही नसून, तुमच्याकडून देण्यात येणारे आदेशच असतात. त्यानुसार तुमच्या जीवनात गोष्टी आकर्षित होतात किंवा घटना घडतात. जीवनात कोणतीही घटना अचानक, योगायोगानं होत नसते, तर तुम्ही दिलेल्या आदेशांनुसार ती घडत असते. तुमच्या आयुष्यात जर निराशा, अपयश, नकार अशा गोष्टी असतील, तर त्या तुम्ही दिलेल्या आदेशांचाच (विचारांचा) परिणाम आहेत, हे लक्षात घ्या. त्यामुळे आत्तापर्यंत तुम्ही जीवनात कोणते आदेश दिले आहेत, याची पडताळणी करा. आणखी एका उदाहरणातून ही बाब स्पष्टपणे समजून घेता येईल.

एक तरुण निराशेनं घेरल्याने कितीही प्रयत्नांती त्याला नोकरी मिळवण्यात यश येत नाही. इंटरव्ह्यूसाठी बोलावणं आलं, तरी प्रत्येक वेळेस त्याच्या पदरी अपयशच यायचं. अशा वेळी त्याला नातेवाइकांचे उलट-सुलट टोमणेही ऐकावे लागत. शिवाय त्याच्या घरातील सदस्यांच्या मनातही काही धारणा घट्ट रुजल्या होत्या. जसं, हल्लीचा काळच खूप वाईट आहे... देशातील परिस्थिती बरी नाही... बेरोजगारीचं प्रमाण वाढलंय... नोकऱ्याही सहजपणे मिळत नाहीत... इत्यादी.

अशा वेळी, त्या त्रस्त तरुणाला शांती रहस्य कसं साहाय्य करू शकेल, हे जाणून घेऊया.

सर्वप्रथम, त्या तरुणानं आपल्या अंतर्यामीच्या विचारांचं अवलोकन करायला हवं. जसं, इंटरव्ह्यूला जाताना तो जुन्या अपयशाचे अनुभव सोबत घेऊन जात नाहीये ना... यावेळीही पुन्हा अयशस्वी झाला, तर घरचे लोक काय म्हणतील याची भीती त्याला सतावतेय का... हल्ली पक्षपाताचा बोलबाला आहे, यावर त्यानं शिक्कामोर्तब केलंय का... नोकरी मिळवण्यासाठी वरपर्यंत ओळख असावी लागते... लाच दिल्याशिवाय नोकरी मिळत नाही... इंटरव्ह्यूसाठी एवढ्या मोठ्या संख्येनं उमेदवार आले होते, मग माझी निवड होणं अवघड आहे... मनातल्या मनात तो नशिबाला दोष देतोय का... किंवा हल्लीचा काळच असा आहे... यांसारखे विचार त्याच्या मनात आहेत का, हे त्यानं सर्वप्रथम पाहायला हवं.

अपयशाच्या कोलाहलात, यश प्रवेश कसं करू शकेल

मनुष्य अज्ञानापोटी आणि बेहोशीमध्ये, नकळतपणे अशा प्रकारचे असंख्य आदेश

देत असतो. प्रस्तुत उदाहरणातील तो तरुण आणि त्याच्या घरचे सदस्य, या दोघांनीही आपापले आदेश बदलण्याची आवश्यकता आहे. त्यांपैकी एकानं जरी स्वतःचे आदेश बदलले तरी त्याचे सकारात्मक परिणाम लवकरच दिसू लागतील.

त्या तरुणानं इंटरव्ह्यूला जाण्यापूर्वी केवळ 'गुड मॉर्निंग पीस' हा मंत्र उच्चारायचा आहे. कारण अंतर्यामीच्या शांतीला आव्हान करूनच तुम्ही बाह्य जगात शांती प्रस्थापित करू शकता. त्यासाठी अनावश्यक विचारांच्या कोलांटउड्या सुरू होण्यापूर्वीच सतर्क व्हायला हवं. एकदा का तशी जागृती निर्माण झाली, की तो तरुण आपोआपच चुकीचे मानसिक आदेश देणं बंद करेल. त्याचबरोबर, घरातील सदस्यांनीही जुने-पुराणे विचार सोडून द्यायला हवेत. कारण एकीकडे तर त्यांना मुलासाठी नोकरी हवी असते आणि दुसरीकडे ती मिळणं अशक्य असल्याचंही ते समजतात. अशा वेळी त्यांच्याच परस्परविरोधी प्रार्थना, एकदुसऱ्यांना छेद देतात.

तुम्ही जेव्हा शांत अवस्थेत असता, तेव्हा अनेक सकारात्मक गोष्टींसाठी ग्रहणशील आणि पारदर्शक बनता. अशा वेळी तुम्हाला अपयशाचा सामना करण्यासाठी अंतःप्रेरणेतून मार्गदर्शन मिळतं. सामान्यपणे मनुष्याला सहजासहजी ऐकू येत नाही. परंतु 'गुड मॉर्निंग पीस' असं उच्चारताच तुम्हाला ते मार्गदर्शन ऐकण्याची शक्ती प्राप्त होते आणि तुम्ही ग्रहणशील बनता. त्याचा लाभ घेऊनच तुम्हाला अंतिम सफलतेचा साक्षात्कार होऊ शकेल.

शांती रहस्य उलगडणारे प्रश्न-

१. तुमच्या कोणत्या धारणा, अशांती आणि दहशतवाद पसरवण्यास कारणीभूत ठरतात, याचा शोध घ्या.

२. 'गुड मॉर्निंग पीस' या मंत्राचा उपयोग तुम्ही केव्हा आणि कसा कराल? स्वतःला मानसिक शांतता मिळवण्यासाठी तुम्ही काय कराल?

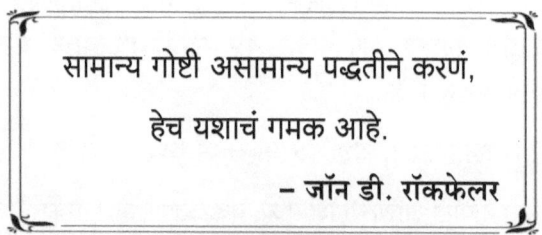

सामान्य गोष्टी असामान्य पद्धतीने करणं,
हेच यशाचं गमक आहे.

— जॉन डी. रॉकफेलर

खंड ३

यशाचं मर्म- सद्‌गुणांची जोपासना

तुम्हाला जेव्हा निर्बलता जाणवेल, नैराश्य येईल,
तेव्हा सगळं बळ एकवटून, उत्साहानं म्हणा,
'मी निर्बलतेच्या नाही, आत्मबळाच्या पक्षात आहे.
मी निराशेच्या नाही, केवळ आशेच्याच पक्षात आहे.'

एकदा सम्राट नेपोलियन आणि त्याचा दूरदर्शी सेनापती युद्धभूमीवर गाढ झोपले होते. तितक्यात एका सैनिकानं येऊन त्यांना उठवून सांगितलं, 'शत्रूनं दक्षिण दिशेनं अचानकपणे हल्ला केला आहे.'

थोडा वेळ सर्व परिस्थितीचा आढावा घेत नेपोलियन म्हणाला, 'यात काळजी करण्यासारखं काहीच नाही. समोरच्या भिंतीवर लावलेला ३४ नंबरचा नकाशा घेऊन ये.' त्यानं सांगितल्याप्रमाणे सैनिक नकाशा घेऊन आला. त्या नकाशाकडे निर्देश करत नेपोलियन म्हणाला, 'यामध्ये जी व्यूहरचना दर्शवली आहे, त्याप्रमाणे तयारीला लागा.'

हे ऐकून तो सैनिक अचंबित झाला. शत्रू दक्षिणेकडून अचानकपणे चाल

करेल, याचा त्याला अजिबात अंदाज नव्हता. मग सेनापतींनी यावर आधीच तोडगा कसा बरं शोधला असेल? त्या सैनिकाच्या चेहऱ्यावरील प्रश्नचिन्ह पाहून नेपोलियन म्हणाला, 'यात आश्चर्य वाटण्यासारखं काय आहे? विचारशील लोकांना नेहमीच सर्वोत्तम परिणामांची अपेक्षा असते. त्यावेळी कितीही वाईट परिस्थिती उद्भवली तरी त्यासाठी ते सज्ज राहतात. मी नेहमीच शत्रूच्या आक्रमणाच्या सर्व शक्यतांविषयी आधीच विचार करून ठेवतो. त्यामुळे त्यानं कुठूनही आक्रमण केलं, तरी त्यामुळे गोंधळून जात नाही, उलट त्याला तोंड देण्यासाठी नेहमी सज्ज राहतो.

नेपोलियनप्रमाणे तुम्हीदेखील समोर असणाऱ्या संधींचा आधीच अंदाज घेतला, तर यश तुमचं दार ठोठावेल. मग भलेही तुम्ही नेपोलियनप्रमाणे युद्धात लढायला जात नसला, तरी जीवनासाठी एखादी योजना तुमच्याकडे निश्चितच असायला हवी. तसंच या योजनेमध्ये ध्येयाची सुस्पष्टता आणि वेळेची मर्यादा ठरवून ठेवणंही लाभदायक ठरतं.

● यशप्राप्तीत बाधा आणणारे विचार ●

ना कोणी हितचिंतक, ना कोणी मदतगार
कशी होणार माझी जीवनरूपी नौका पार

● महाअनुवाद ●

इतरांकडे लक्ष न देता, तू स्वतःच्या जीवनाला दे आकार
शुद्ध मनानं केवळ ईश्वरालाच हाक मार

तिसरी कहाणी

अमूल्य अपयश

आविष्काराचं मूळ

[कधीकधी संकट येणंही उत्तम असतं. त्यामध्ये तुमच्या साऱ्या चुकांची किल्मिषं धुतली जातात आणि तुम्हाला पुन्हा एकदा नव्यानं सुरुवात करण्याची संधी मिळते.
— थॉमस एडिसन]

काहीजण अपयशानं पार खचून जातात तर काहीजण अपयशानंतरही यशाचा नवा, देदीप्यमान इतिहास रचतात. मग त्यांचं नाव सुवर्णाक्षरांनी नोंदवलं जातं. महान अमेरिकन वैज्ञानिक थॉमस अल्वा एडिसन याचं उदाहरण आदर्श आहे. त्यांनी आपल्या प्रत्येक अपयशाकडे केवळ एक स्पीड ब्रेकर म्हणूनच पाहिलं. 'मी दहा हजार वेळा अपयशी झालोच नाही. खरंतर, मला एकदाही अपयशाचं तोंड पाहावं लागलेलं नाही. उलट त्या दहा हजार पद्धती योग्य नव्हत्या, हे सिद्ध करण्यात मी यशस्वी झालो. मी जेव्हा ते मार्ग पार केले, तेव्हाच मला असा मार्ग गवसला, जो मला माझ्या ध्येयाच्या दिशेनं नेणारा होता.'

अपयशाचा गतिरोधक ओलांडल्यानंतरच, थॉमस अल्वा एडिसन विजेच्या बल्बचा आविष्कार करू शकले. आज आपल्याला तार, दूरध्वनी, ग्रामोफोन, चलचित्र, प्रोजेक्टर आणि विजेमुळे घडणारे जे चमत्कार दिसताहेत, त्यामागे एडिसन यांचा सिंहाचा वाटा आहे.

एका सर्वसाधारण अमेरिकन कुटुंबात ११ फेब्रुवारी १८४७ रोजी एडिसन यांचा जन्म झाला. परंतु एडिसन यांचा विकास सर्वसामान्य मुलांप्रमाणे होत नसल्याचं पाहून

त्यांना शाळेतून काढून टाकण्यात आलं. मग त्यांच्या आईनंच जमेल तसं त्यांना घरी शिकवायला सुरुवात केली. शाळेत जाऊ न शकणाऱ्या एडिसन यांनी आपल्या घरापासून जवळच एका झोपडीत छोटीशी प्रयोगशाळा बनवली आणि तिथे ते विज्ञानाचे प्रयोग करू लागले. दिवसातील बराचसा वेळ ते आपल्या प्रयोगशाळेतच व्यतीत करायचे. शिवाय त्या कामात ते इतके मग्न होऊन जात, की त्यांना खाण्यापिण्याची शुद्धही राहत नसे.

एकदा आपल्या प्रयोग करण्याच्या नादात एडिसन यांनी एका माणसाला सिडिलित्स नावाची पावडर खाऊ घातली. उष्णता वाढल्यानंतर या सिडिलित्स पावडरचं वायूत रूपांतर होतं. मग ती खाल्ल्यावर पोटात त्याचा गॅस तयार झाल्याने, तो माणूस फुग्यासारखा उंच उडू शकेल की नाही? हे पडताळून पाहण्यासाठी एडिसनने हा प्रयोग केला होता. परिणामी, एडिसनला वेडं समजून त्यांची प्रयोगशाळाच उद्ध्वस्त करण्यात आली. घरातल्या लोकांनीही, हा मुलगा धोकादायक आहे, असं समजून त्यांना घराबाहेर काढलं. आता एडिसनना खायची भ्रांत आणि राहायलाही जागा नाही अशी स्थिती झाली. परंतु काही दिवसांनी पुन्हा एडिसनने उत्साहाने एका तळघरात प्रयोगशाळा बनवली आणि रेल्वेमध्ये वृत्तपत्रं विकून उदरनिर्वाह करायला सुरुवात केली.

आपल्या वैज्ञानिक प्रयोगांच्या जोडीनं एडिसन यांनी व्यवसायही करायला सुरुवात केली. ज्या छापखान्यातून ते वृत्तपत्रं आणायचे, तिथंच त्यांनी छपाईची कलाही शिकून घेतली. कालांतरानं रेल्वेच्याच एका डब्यात स्वतःचा एक छोटासा छापखाना बनवला आणि ते स्वतःच वृत्तपत्र छापू लागले. त्याचबरोबर त्यांनी तिथंही एक प्रयोगशाळा सुरू केली. एकदा त्या प्रयोगशाळेत ते जेव्हा फॉस्फरसचा एक प्रयोग करत होते आणि त्याची बाटली खाली पडून फुटली, त्यामुळे थोड्याच वेळात त्या डब्याला आग लागली. शेवटी व्हायचं तेच झालं! रेल्वे अधिकाऱ्यांनी एडिसन यांची पूर्ण प्रयोगशाळा आणि छापखाना सगळंच उचलून बाहेर फेकलं. एवढंच नाही तर टीसीनं एडिसन यांना इतक्या जोरात थप्पड मारली, की त्यांची ऐकण्याची क्षमताही क्षीण झाली.

एडिसन यांच्या कार्यावर झालेला हा दुसरा आघात होता. पण तरीही ते हताश झाले नाहीत. जणू काही घडलंच नाही, असं समजून ते पुन्हा जोमाने कामाला लागले. प्रत्येक नवीन दिवसाची सुरुवात ते एखाद्या कोऱ्या पानाप्रमाणं करत. त्यांनी पुन्हा एकदा प्लॅटफॉर्मवर वृत्तपत्रं विकायला सुरुवात केली. एके दिवशी स्टेशनवर वर्तमानपत्र विकत असताना, त्यांनी स्टेशनमास्तरचा छोटा मुलगा ट्रेनसमोर आलेला पाहिला. तेव्हा लगेच

पुढे होऊन त्या मुलाचे प्राण एडिसनने वाचवले. त्यामुळे स्टेशनमास्तर त्यांच्यावर बेहद्द खुश झाले. त्यांनी एडिसनला तार पाठवण्याचं प्रशिक्षण देऊन त्याच स्टेशनवर साहाय्यक तार मास्तर म्हणून नोकरी दिली. तिथंही एडिसनने आपले प्रयोग करायला सुरुवात केली. एके दिवशी त्यांनी त्या तारयंत्रामध्ये आणखी एका यंत्राची जोडणी केली, जे स्वतःच विशिष्ट वेळी तार पाठवत असे. शिवाय त्यांनी आणखी एका मशीनचा आविष्कार केला, ज्यातून पाठवण्यात आलेला मेसेज एका टेपवर आपोआपच छापला जायचा.

वास्तविक हा एक महत्त्वपूर्ण आविष्कार होता. पण तरीही काही दिवसांनी एडिसन यांनी ती नोकरी सोडली. आयुष्यात पुढचं पाऊल टाकताना त्यांनी रिकाम्या हातांनीच न्यूयॉर्क गाठलं. योगायोगानं तिथल्या प्रसिद्ध गोल्ड इंडिकेटर कंपनीचं तारयंत्र बिघडलं होतं. त्या यंत्रावरून तिथले दलाल व्यापाऱ्यांना मेसेज पाठवायचे. एडिसनने ते यंत्र दुरुस्त केल्याने त्यांना त्या कंपनीच्या तारघराचा व्यवस्थापक म्हणून नोकरी मिळाली. तिथं एडिसन यांनी युनिव्हर्सल प्रिंटर नावाचं एक मशीन तयार केलं, जे पुढं 'एडिसन युनिव्हर्सल प्रिंटर' म्हणून ओळखलं जाऊ लागलं. त्याचबरोबर, त्यांनी विजेच्या एकाच तारेवर अनेक संदेश येण्याची आणि पाठवण्याची व्यवस्थाही केली. शिवाय टेलिफोन यंत्रातील सुधारणा आणि संशोधन, लाऊडस्पीकरची निर्मिती, ग्रामोफोनचा आविष्कार अशा अनेक शोधांद्वारे जगभर खळबळ उडवली. एवढंच काय पण चित्रपटासाठी लागणारी रिळं, प्रोजेक्टर आणि अन्य यंत्रसामग्री बनवायलाही त्यांनी सुरुवात केली.

एडिसन यांच्या जीवनात अनेक चढ-उतार आले, परंतु ते कधीही निराश झाले नाहीत किंवा त्यांनी हाती घेतलेलं काम सोडून दिलं नाही. अपयश आल्यानंतर त्याविषयी शोक करण्याऐवजी ते दुप्पट उत्साहानं कामाला सुरुवात करून यश प्राप्त करत. पुढे १९१४ मध्ये एडिसन यांच्या कारखान्याला भीषण आग लागली आणि त्यात जवळजवळ लाखो डॉलर्सचं सामान जळून नष्ट झालं. त्यांच्या संशोधनासंबंधीची बहुतेक सर्व कागदपत्रं खाक झाली. या दुर्घटनेविषयी समजल्यानंतर, त्यांचा मुलगा चार्ल्स धावतपळत घटनास्थळी पोहोचला. आपल्या वडिलांना काळजीनं घेरलं असेल, म्हणून त्यांना धीर द्यायला हवा असं त्याला वाटलं. मात्र एडिसन त्या आगीच्या ज्वालांसमोर शांतचित्तानं उभे होते. समोर चार्ल्सला पाहताच ते म्हणाले, "तुझ्या आईला येथे बोलावून घे. सहसा अशा गोष्टी बघायला मिळत नाहीत. अशा समस्येचं कुठलंही मूल्य नसतं. त्यात आपल्या साऱ्या चुका जळून नष्ट होतात. आता परमेश्वराचे आभार मानून आपण पुन्हा एकदा आयुष्याची सुरुवात नव्यानं करूया."

मी तुम्हाला यशाचा फॉर्म्युला सांगावा,
अशी तुमची इच्छा आहे का?

खरंतर तो फॉर्म्युला खूपच सोपा आहे.

तुम्हाला अपयशाचं प्रमाण दुप्पट करायचं आहे!

अपयश, यशाचा शत्रू आहे, असं तुम्ही समजत असाल,
पण तसं अजिबात नाही.

अपयशामुळे तुम्ही हताशही होऊ शकता
किंवा त्यातून काही बोधही घेऊ शकता.

त्यामुळे पुढची वाटचाल करत राहा,
मग चुका झाल्या तरी बेहत्तर!

जेवढ्या चुका करणं शक्य आहे, त्या सर्व होऊ द्या.
कारण, यशाचं शिखर तुम्हाला
तिथंच गवसणार आहे, हे लक्षात ठेवा.

— थॉमस जे.वॉटसन

स्वसंवाद

माझी समज अतिशय स्पष्ट असून, मी काळासोबत बदलायला तयार आहे.

मी सहजतेनं आणि आनंदानं जुन्या गोष्टींचा त्याग आणि नव्याचं स्वागत करतो.

मीच माझ्या बुद्धीचा चालक आहे. या बुद्धीला नव्या वैचारिक साच्यात बसवणं अतिशय सोपं आहे. मी माझ्या जुन्या ठरावीक विचारांच्या पठडीतून मुक्त होतोय.

जे विचार माझ्यासाठी सर्वोत्तम असणाऱ्या गोष्टींचा विरोध करतात, त्या विचारांचा मी त्याग करतोय.

मी आता स्वतःमध्ये बदल घडवण्यास तयार आहे.

तिसरं रहस्य

गुणसंवर्धन रहस्य

यशाचा अभ्यास

> मी स्वतःच्या सर्व समस्यांवर विजय मिळवताच अधिक कणखर झालो. त्यामुळे पुढे येणाऱ्या समस्यांना तोंड देण्यासाठी माझी पात्रताही वृद्धिंगत झाली. खरंतर, माझ्यासमोर आलेल्या अडचणींमुळेच मी यश प्राप्त करू शकलो.
> – जे.सी.पेनी

तुमच्या अंगी काही गुण, कौशल्यं, कला असल्याशिवाय यशप्राप्ती होत नाही. कारण यश आणि कौशल्य या दोन्ही गोष्टी हातात हात घालूनच येतात. त्यामुळे तुमचं लक्ष सदैव गुणसंवर्धनाकडेच असायला हवं. पण हे गुण आपल्या अंगी येणार तरी कसे? आपण एकाच वेळी अनेक गुणांचे स्वामी बनू शकतो का? असे अनेक प्रश्न तुमच्या मनात निर्माण होत असतील, पण या प्रश्नांचं उत्तर 'हो' असंच आहे. त्यासाठीच हे 'गुणसंवर्धन रहस्य' जाणून घ्यायला हवं. स्वतःमध्ये गुणांची वृद्धी करण्यासाठी पुढे काही महत्त्वपूर्ण मार्गदर्शक मुद्दे दिले आहेत. ते तुम्हाला साहाय्यक ठरतील.

१. **निसर्ग नियमाचा उपयोग**

'तुम्ही ज्या गोष्टीवर लक्ष केंद्रित करता, तीच तुमच्या अंतर्यामी येऊ लागते,' असा निसर्गाचा नियम आहे. तसंच प्रत्येक मनुष्यामध्येही 'लक्ष केंद्रित करण्याची' अद्भुत शक्ती अस्तित्वात आहे. या शक्तीचा उपयोग करून, तो कोणताही गुण आत्मसात करू

शकतो. त्यामुळे तुमचं लक्ष नेहमी समोरील व्यक्तीच्या पद-प्रतिष्ठेकडे नव्हे, तर त्याच्या गुणांवर असायला हवं. कधीकधी एखाद्या गैरसमजामुळे, इतर लोकांच्या सांगण्याने अथवा प्रशंसेचे गुलाम बनल्याने लोक स्वतःच्याच ध्येयापासून भरकटतात. अशा वेळी त्यांचं लक्ष गुणांऐवजी इतर लाभांकडेच वेधलं जातं. अनेकदा निंदा करण्यातच जास्त स्वारस्य असल्याने मनुष्य इतरांच्या कमतरताच मोजण्यात रुची दाखवतो. त्याचवेळी तो स्वतःचं श्रेष्ठत्व सिद्ध करण्यासही धडपडतो. परंतु त्याच कमतरता स्वतःच्या व्यक्तिमत्त्वाचाही भाग बनू लागल्या आहेत, हे त्याच्या लक्षातही येत नाही.

त्याचप्रमाणे मनुष्य जेव्हा एकाच वेळी वेगवेगळ्या विषयांवर लक्ष केंद्रित करतो, तेव्हा त्याची 'लक्ष केंद्रित करण्याची' मौल्यवान शक्ती चौफेर विखुरली जाते. परंतु तीच शक्ती जर एकाच दिशेनं केंद्रित केली, तर चमत्कार घडवू शकते. त्यामुळे, तुमच्या आदर्श व्यक्तीला समोर ठेवून, त्यावर तुमची शक्ती एकाग्र करा. मग, त्या आदर्श व्यक्तीचे गुण, तुमच्यातही नकळतपणे येतील, यात शंकाच नाही.

२. निरंतरता ठेवा

कोणत्याही गोष्टीत निरंतरता, सातत्य राखणं हादेखील अतिशय महत्त्वपूर्ण गुण आहे. म्हणूनच जो गुण तुम्हाला स्वतःमध्ये विकसित करायचा असेल, तो आत्मसात करण्यासाठी त्यासंबंधित एखादं कार्य दररोज करण्याचा दृढनिश्चय करा. समजा, तुम्हाला जर एखादी कला शिकायची असेल, तर त्यासाठी रोज थोडा वेळ नक्की द्या. निरंतरतेसाठी धैर्य, संयम बाळगणं अतिशय आवश्यक ठरतं. 'थोडं परंतु आजच' हे तत्त्व अमलात आणून केलेला निरंतर अभ्यास तुम्हाला कोणत्याही कलेत निपुण बनवू शकतो. अन्यथा लोक आरंभशूर बनून बऱ्याच गोष्टींची सुरुवात तर करतात पण धैर्य न राखल्याने, मध्येच सोडूनही देतात.

'सातत्य' या गुणाचं मूर्तिमंत उदाहरण म्हणजे प्रसिद्ध युनानी वक्ते डेमोस्थेनीज! सुरुवातीला ते तोतरं बोलायचे. पण एक उत्कृष्ट वक्ता बनण्यासाठी स्वतःमधला हा दोष दूर करण्याचा निश्चय त्यांनी केला. आपल्या तोतरेपणावर मात करण्यासाठी त्यांनी तोंडात गोट्या ठेवून बोलण्याचा सराव करायला सुरुवात केली. बोलताना चेहरा वेडावाकडा होऊ नये यासाठी ते आरशासमोर उभं राहून बोलत. स्पष्ट उच्चारांसाठी, फुफ्फुसांची क्षमता वाढावी म्हणून ते उंच डोंगरावर पळताना बोलण्याचा अभ्यास करत. स्वतःचा आवाज बुलंद व्हावा यासाठी ते समुद्राच्या लाटांच्या आवाजात बोलण्याचा सराव करत. जेणेकरून सार्वजनिक सभेत लोकांच्या कोलाहलापेक्षाही मोठ्या आवाजात बोलण्याची सवय त्यांना लागावी. अशा प्रकारे निरंतर अभ्यासानं आणि परिश्रमानं आपल्या दुर्बलतेवर

मात करून, त्यांनी युनानच्या महान वक्त्यांच्या यादीत स्थान पटकावलं.

३. नियतीचे संकेत ओळखा.

अमेरिकेच्या दक्षिणेकडील राज्यांमध्ये कापसाचं पीक चांगलं यायचं. म्हणून तिथले शेतकरी दरवर्षी शेतामध्ये कापसाचंच पीक घ्यायचे. पण एके वर्षी पिकाला काहीतरी रोग लागला. त्यामुळे कापसाची सगळी रोपं पूर्णपणे नष्ट झाली. त्यावर्षीचं संपूर्ण पीक वाया गेलं. मग नाइलाजास्तव त्या शेतकऱ्यांना सोयाबीन आणि भुईमुगाचं पीक घ्यावं लागलं. शिवाय त्याच्या जोडीनं पशुपालनही शिकावं लागलं. परिणामी, शेतकऱ्यांना पहिल्यापेक्षा अधिक फायदा झाला आणि ते पूर्वीपेक्षा जास्त सधनही झाले.

थोडक्यात, बाह्य रूपात नकारात्मक दिसणाऱ्या घटनेचे परिणाम अयोग्य असू शकतात असं नाही. कदाचित तुम्हाला एखादी नवीन गोष्ट शिकवण्यासाठी ती समस्या आलेली असते. जीवनात अनेकदा आपल्याला निसर्गाकडून संकेत मिळत असतात. ते संकेत ओळखून, त्यानुसार आपल्याला कार्य करता यायला हवं. निसर्ग त्याच्या भाषेत आपल्याला सांगतो, 'आता जीवनाच्या या पैलूवर कार्य करा'. याला म्हणतात कर्मसंकेत!

जसं, एखादा मनुष्य कधीच व्यायाम करत नाही आणि मग तो खूप आजारी पडतो. तेव्हा, हे आजारपण म्हणजे व्यायाम सुरू करण्यासाठी मिळालेला कर्मसंकेत आहे, हे त्यानं लक्षात घ्यायला हवं. अशा प्रकारे, जो मनुष्य योग्य वेळी कर्मसंकेत ओळखून त्यावर कार्य करायला सुरुवात करतो, तोच यश प्राप्त करतो.

४. आराम सीमेची बंधनं तोडा

आपल्यापैकी प्रत्येकजण कोणत्या ना कोणत्या क्षेत्रात स्वतःच्या आराम सीमेच्या बंधनात जखडला गेला आहे. शिवाय अज्ञानामुळे तो, ते बंधन तोडूही शकत नाही. 'आराम सीमा' म्हणजे स्वतःच्या धारणांमुळे, एका ठरावीक वेळेनंतर, शक्ती आणि उत्साह संपल्याने पुढे कार्य करण्याची इच्छा न होणं. अशा वेळी मनुष्याचं शरीर व मन त्या कार्याचा प्रतिकार करतं. कित्येक वेळा, मनुष्याला स्वतःच्या आराम सीमेबाहेर येण्याची इच्छाच होत नाही. परंतु शरीराला व मनाला लागलेल्या या सवयीमुळे मनुष्य स्वतःचा विकास करू शकत नाही. शिवाय कधी कधी इच्छा असूनही तो या सीमेची बंधनं तोडू शकत नाही.

दुसऱ्या शब्दांत सांगायचं झालं तर, शरीर व मनाच्या या मर्यादेलाच 'आराम सीमा' असं म्हटलं गेलंय. ही सीमा मनुष्यानं स्वतःच्या काही धारणांच्या आधारे ठरवलेली असते. मग या धारणांच्या मर्यादेबाहेर जाण्याचा तो कधी प्रयत्नच करत नाही. त्यामुळे

त्याच्या संपूर्ण शक्यताही उलगडत नाही. परिणामी, मनुष्याला कोणतंही कार्य करताना अस्वस्थता जाणवू लागते आणि त्याच्या अंतर्यामीच्या सुप्त शक्ती कधीच विकसित होत नाहीत. जसं, एखाद्या विद्यार्थ्याला काही तास अभ्यास केल्यानंतर, स्वतःची आराम सीमा जाणवू लागते, जी त्याला काही केल्या तोडता येत नाही. पण त्यामुळे त्याला स्वतःच्या सुप्त शक्तींची जाणीवही कधी होत नाही.

तुम्ही नीट निरीक्षण केलं तर, तुमचा रोजचा दिवस घर, उपजीविका, शाळा, कॉलेज अशा गोष्टींमध्येच संपून जातो. त्यामुळे आजपर्यंत तुम्ही जसं जीवन जगत आलाय, तसंच पुढेही सुरू राहातं. परंतु तुम्हाला विशेष यश मिळवायचं असेल, तर दैनंदिन कार्यं निपटल्यानंतर, स्वतःची आराम सीमा ओलांडून तुम्ही आणखी काहीतरी करायला हवं. उदाहरणार्थ,

१. थकवा आल्यानंतर कार्य थांबवण्याआधी काही वेळ (पाच-दहा मिनिटं) कार्य करत राहा.

२. काहीतरी नवीन शिकण्यासाठी तुमचा वेळ, शक्ती व पैसा खर्च करा. मग ते तुम्हाला पटत नसलं तरीही.

३. तुमची इच्छा नसली तरी, वेगवेगळ्या लोकांना भेटून त्यांच्याशी चर्चा करा.

४. थोडंसं लेखन करण्याचा सराव करा. जसं, वर्तमानपत्रं, मासिकांसाठी कविता, लेख किंवा कथा लिहिणं. वेगवेगळ्या क्षेत्रातील मान्यवरांना पत्रं वा ईमेल्स पाठवणं. ई-मेलद्वारे तुम्ही जगभरातील गोष्टींचा आढावा घेऊ शकता.

५. नवीन पुस्तक वाचा. आत्मविश्वास प्राप्त करण्यासाठी स्वविकासाशी संबंधित असणारं साहित्य वाचा. एखाद्या ग्रंथालयाचे सभासद व्हा.

६. सतत नवनवीन प्रयोग करून पाहा. सोसायटीतील मुलांना शिकवणं, घरातल्या यंत्रांची दुरुस्ती करण्याचा प्रयत्न करणं, एखादं चित्र काढणं वा एखाद्या कार्यक्रमाचं आयोजन करणं यांसारख्या अनेक गोष्टी तुम्हाला करता येतील.

७. एखाद्या ठिकाणी भाषण करण्याची संधी मिळताच तिचा पुरेपूर लाभ घ्या. कदाचित तुमचं मन या गोष्टीचा स्वीकार करणार नाही; पण तुम्ही ती एक आव्हान म्हणून स्वीकारा.

८. एखाद्या दिवशी पूर्ण दिवसभर डोळ्यांवर पट्टी बांधा. डोळ्यांवर पट्टी असताना तुम्ही अशा काही गोष्टी जाणू शकाल, ज्या उघड्या डोळ्यांनी तुम्ही कधीच जाणू शकत नव्हता.

सुरुवातीला तुम्हाला हे सगळं सोयीस्कर वाटणार नाही; पण नंतर याच गोष्टी तुमची आराम सीमा तोडण्यासाठी उपयुक्त ठरतील.

५. संधी ओळखा

स्वतःमध्ये गुणांचं संवर्धन करण्याचा तुम्ही जर ठाम निर्धार केला असेल तर प्रत्येक घटना तुमच्यासाठी संधी बनू शकते. तसं असेल तर अवश्य विचार करा, तुमचे गुण वृद्धिंगत करण्यासाठी जीवनात अगणित संधी उपलब्ध आहेत!

संधी ओळखता न येणं यासारखं दुर्दैव ते काय! केवळ संधीची ओळख न पटल्याने कित्येक लोक ती गमावतात. शिवाय, एखादी घटना मनाविरुद्ध घडली तरी त्यांचा स्वतःशीच असणारा ताळमेळ बिघडतो. मग जीवनामध्ये सतत बेसूर राग आळवला जातो. म्हणजे सतत तक्रारी आणि आरोप यांचं दुष्टचक्र सुरू होतं. जसं, 'मला अपयश का मिळालं... माझ्यावर अन्याय झाला... माझं तर नाकच कापलं गेलंय...' इत्यादी.

एखादी घटना कितीही दुःखद असली तरीही तिच्याकडे 'संधी' म्हणून पाहता यायला हवं. प्रत्येक घटनेत 'संधी' शोधणारा मनुष्य सकारात्मक घटनांचा आनंद तर घेतोच; शिवाय नकारात्मक घटनांमध्येही तो आनंदी राहतो. कारण 'या घटना दुःख देण्यासाठी आल्या नसून त्यांतून मला काहीतरी बोध प्राप्त करायचा आहे', अशीच त्याची समज असते.

तुम्ही अशी काही उदाहरणं नक्कीच पाहिली असतील, ज्यात एखाद्या मनुष्याच्या बाबतीत वाईट घटना घडते पण त्याचा परिणाम मात्र शेवटी चांगला होतो. जसं, एखाद्याची नोकरी गेल्याने त्याला नाइलाजानं व्यवसाय सुरू करावा लागतो. कालपरत्वे त्याचा व्यवसाय इतका जोमानं वाढतो, की तो माणूस मोठा उद्योगपती बनतो. खरंतर, नोकरी गेल्यानंतर तो दुःख, डिप्रेशन आणि निराशेच्या गर्तेतही जाऊ शकला असता. याचाच अर्थ, जसजशी तुम्हाला संधींची ओळख होत जाईल, तसतसं यश तुमच्या समीप येईल. आता स्वतःच्या आयुष्यात डोकावून बघा, की आतापर्यंत कोणकोणत्या संधी तुम्ही ओळखल्या आहेत आणि कोणत्या ओळखण्यात कमी पडलात? मनाविरुद्ध घटना घडल्याने, जीवनाशी तुमचा ताळमेळ बिघडतो आणि संधी हातातून निसटते. पण वस्तुस्थिती नेमकी काय आहे? याकडे लक्ष जाण्यासाठीच संधी ओळखायला शिकणं आवश्यक आहे.

समजा, एखाद्या मनुष्याच्या जीवनात आर्थिक समस्या आली, तर त्याच्यासमोर दोन पर्याय असतात. पहिला- आर्थिक विवंचनांनी निराश होणं आणि दुसरा- आर्थिक नियोजन करणं, स्वतःला आर्थिक शिस्त लावणं. जर त्यानं दुसरा पर्याय निवडला, तर

आर्थिक विवंचनेतून तो कायमचा मुक्त होईल. एखाद्याला वारंवार आरोग्यविषयक समस्यांचा सामना करावा लागत असेल आणि त्यानं व्यायामाचं महत्त्व जाणलं तर तो उर्वरित आयुष्य आरोग्यसंपन्नतेनं जगू शकतो. त्याचबरोबर कार्यात चालढकल करणाऱ्या मनुष्यानं जर वेळेचं नियोजन करण्याची कला आत्मसात केली, तर त्याला आयुष्यभर यशाचा आनंद घेता येईल. नातेसंबंधांत गैरसमजाची शिकार ठरलेल्या मनुष्यानं 'सुसंवाद साधण्याची कला' शिकली, तर त्याच्या जीवनात नात्यांचा उत्सव साजरा होऊ शकतो.

हा आहे, 'गुणसंवर्धनाचा महिमा'! तो पूर्णपणे आत्मसात करण्यासाठी पुढे दिलेल्या मनन ध्यानाचा अभ्यास करा-

- सर्वप्रथम हा भाग पूर्णपणे वाचा. मग डोळे बंद करून आपलं ध्यान हृदयस्थानावर केंद्रित करा. शिवाय, 'स्वतःला परिपूर्ण बनवण्याची शक्ती माझ्या अंतर्यामीच आहे', यावर विश्वास ठेवा.
- ईश्वरानं निर्मिलेल्या प्रत्येक गोष्टीत कमीत कमी एक तरी सद्गुण आहे, याची जाणीव ठेवा. शिवाय मनुष्य ही तर ईश्वराची सर्वोत्कृष्ट रचना आहे.
- 'मानवी शरीर म्हणजे ईश्वरीय गुणांचं जणू भांडारच आहे,' ही समज दृढ करा. विश्वातील सर्वोत्तम गुण ईश्वरानं मनुष्याला बहाल केले आहेत. त्यामुळे आपल्यातील उत्कृष्ट गुण जागृत होऊ द्या.
- मनुष्य म्हणजे परमचैतन्याचा, ईश्वराचा सगुण अवतार आहे. त्यामुळे समोरील व्यक्तीच्या सद्गुणांवरच तुमचं लक्ष नेहमी केंद्रित करा. जेणेकरून ते गुण अंगीकारण्यात तुम्हाला साहाय्य मिळेल.
- जसं, तुम्ही समोरच्या व्यक्तीमधील एखाद्या गुणावर लक्ष केंद्रित कराल, तसं, त्या गुणाला ऊर्जा आणि बळ मिळू लागतं. त्यामुळे तुमच्या समोर येणाऱ्या मनुष्यामध्ये, प्राण्यांमध्ये, झाडांमध्ये, फुला-फळांमध्ये, एवढंच काय पण अगदी काट्यांमध्येही काहीतरी गुण असतोच. म्हणून या विश्वातील प्रत्येक गोष्टीत असणाऱ्या गुणांवर लक्ष केंद्रित करायला हवं.
- केवळ निरीक्षणानेही इतरांमधील गुण आपोआप तुमच्यात विकसित व्हायला सुरुवात होईल. यासाठीच तुमचे नातेवाइक, मित्र, स्नेही, सहकर्मचारी किंवा तुमचा बॉस... अशा सर्वांना तुमच्या मनःचक्षूंसमोर आणा आणि त्यांच्यातील सद्गुण शोधून त्यांवर मनन करा.
- इतरांच्या गुणांची स्तुती आणि त्यांना धन्यवाद देण्याचा गुणही तुमच्या अंतर्यामी

विकसित करा. 'धन्यवाद' दिल्याने तुमच्या मनात पूर्णत्वाची भावना निर्माण होते. ही पूर्णतेची जाणीवच तो गुण तुमच्यात येण्यासाठी एखाद्या चुंबकाचं कार्य करते.

- पुढे दिलेल्या काही गुणांवर सदैव तुमचं लक्ष केंद्रित करा, त्या गुणांची प्रशंसा करा. नेहमी अकंप राहणाऱ्या, विनाअट प्रेम करणाऱ्या, निर्मळ, आज्ञाधारक आणि अखंड मनाला धन्यवाद द्या.

- निर्भयता, सक्षमता, कार्य यशस्वीपणे पार पाडणे, विपुलतेची भावना, स्वीकार भाव, पूर्णता, जबाबदारी घेणं, प्रत्येक कार्यात सहजता, मैत्री भाव, अढळ विश्वास, लोककल्याणाची भावना, दृढता, धैर्य, दूरदृष्टिकोन, स्वाभिमान, साहस, कपटमुक्तता, संपूर्ण विकास, प्रेरणा, अविरत ऊर्जा, विवेक बुद्धी, कार्य निपुणता, सृजनात्मकता, आतला आवाज ऐकण्याचा गुण... इत्यादी सर्व गुणांवर मनन करा.

- प्रेम, आनंद आणि शांती (मौन) हे ईश्वरीय गुण तुमच्या अंतर्यामी जागृत होण्यासाठी अनुमती द्या.

- प्रेम, आनंद आणि शांती (मौन) यांच्या शक्तीनं इतरांमधील गुण पाहण्याचा, त्यांची स्तुती करण्याचा आणि त्यांच्याविषयी कृतज्ञता व्यक्त करण्याचा गुण जागृत होत आहे, याची जाणीव करा.

- प्रेम... आनंद... मौन यांच्या शक्तीनं स्वतःमध्येही सर्व ईश्वरीय गुणांचा विकास होत असल्याचं पाहा.

- आता काही मिनिटं 'प्रेम-आनंद-मौन' हा जप करत राहा.

    प्रेम, आनंद, मौन...

    प्रेम, आनंद, मौन...

    प्रेम, आनंद, मौन...

'गुणसंवर्धन' रहस्य उलगडणारे प्रश्न –

१. तुम्हाला स्वतःच्या गुणदोषांची माहिती आहे का?

२. यशप्राप्तीसाठी साहाय्य करणाऱ्या गुणांचं संवर्धन करायचं असेल, तर तुम्हाला त्यांची ओळख आहे का?

३. इतरांच्या सद्गुणांकडे पाहून तुम्हाला त्यांचं कौतुक करावंसं वाटतं, की त्यांच्याविषयी मनात मत्सर निर्माण होतो, यावर प्रामाणिकपणे मनन करा.

४. 'शिकण्याची कला' हा एक अत्यंत महत्त्वपूर्ण गुण आहे. तुम्ही तो आत्मसात करण्याचा प्रयत्न करताय का? तुमचं उत्तर जर 'हो' असेल, तर त्यासाठी तुम्ही नेमकं काय करता? जर 'नाही' असं उत्तर आलं, तर आजपासूनच त्याची सुरुवात करा.

खंड ४

विश्वासाचं बळ, यशाचं फळ

तुमच्या मनामध्ये शंका, कुशंका निर्माण होत असतील
तर स्वतःला पूर्ण विश्वासानं सांगा,
'मी संशयाच्या नव्हे, तर विश्वासाच्या पक्षात आहे.'

एकदा एका साधू महाराजांना धार्मिक उत्सवासाठी पैशांची गरज पडली. त्यासाठी अकबराकडून काही व्यवस्था होऊ शकते का, हे पाहण्यासाठी ते अकबराच्या महालात गेले. त्यावेळी बादशहा अकबर, मान झुकवून नमाज पढत होते. नमाज पढून झाल्यानंतर त्यानं अल्लाहकडे संपत्ती आणि सामर्थ्य मिळावं असा आशीर्वाद मागितला. हे पाहून ते साधू महाराज तसेच परत फिरले. तितक्यात अकबरांनी, 'ते साधू कशासाठी आले होते आणि काहीच न बोलता माघारी का जाऊ लागले?' याची विचारपूस केली. प्रथम ते साधू काहीच बोलले नाही. पण अकबर बादशहांनी बराच आग्रह केल्यानंतर ते म्हणाले, 'मी तर शहेनशहांकडे मदत मागण्यासाठी आलो होतो. परंतु इथे आल्यानंतर त्यांनाच ईश्वराकडे संपत्ती आणि सामर्थ्याची याचना करताना पाहिलं आणि त्याच पावली मी परत फिरलो.

कारण एका याचकाकडे मी मदत का मागू? असा विचार माझ्या मनात आला. त्यामुळे मी आता परमेश्वराकडेच याचना करणार आहे.' हे ऐकून अकबर बादशहा निरुत्तर झाले.

तात्पर्य, मनुष्यानं त्याच्या मदतीसाठी इतरांवर नव्हे, तर ईश्वरावरच विसंबून राहायला हवं. धन, दौलत, सामर्थ्य या सर्वांचा स्रोत एकच आहे, तो म्हणजे ईश्वर! ईश्वरच आपल्याला इतरांच्या माध्यमातून मदत करत असतो. तुमच्या मनात हे विश्वासाचं बीज घट्ट रुजलं, तर जीवनामध्ये स्वास्थ्य, सुरक्षितता आणि यशाचं पीक भरभरून उगवेल.

● **यशप्राप्तीत बाधा आणणारे विचार** ●

आयुष्य बनले आहे एक ओझे
बंद झाले आहेत यशाचे सर्व दरवाजे

● **महाअनुवाद** ●

आशा आणि विश्वास हेच शस्त्र माझं
म्हणूनच जीवन झालं नवीन, तेज-ताजं
रुजवून केवळ काही बीजे आशा आणि विश्वासाची,
येतील त्यास श्रेष्ठ फळे योग्यतेची,
जाशील तू ईश्वराच्या सान्निध्यात जेव्हा,
ईश्वरच विचारेल तेव्हा, 'बोल तुझी इच्छा काय आहे?'

चौथी कहाणी

हारू नका कधीच हिंमत

जोखीम पत्करण्यात दडलीय मोठी किंमत

[विश्वास ठेवा, कोणतंही कार्य विश्वातील एखादा मनुष्य जर करू शकत असेल, तर तुम्हीदेखील ते कार्य निश्चितच करू शकता.]

२२ऑस्कर ॲवॉर्ड्स आणि 'मेडल ऑफ फ्रीडम' हा अमेरिकन सरकारचा सर्वोच्च पुरस्कार मिळवणाऱ्या वॉल्ट डिस्ने यांची जीवनकहाणी खूपच रंजक आणि प्रेरणादायी आहे. 'वॉल्ट डिस्ने' या कंपनीचे संस्थापक असलेल्या वॉल्ट डिस्ने यांना 'जगातील पहिल्या भव्य ॲम्युजमेंट पार्कचे -डिस्नीलँडचे निर्माते' असं म्हटलं जातं. या आगळ्या वेगळ्या किताबांचे खरेखुरे मानकरी वॉल्ट डिस्ने आहेत.

वॉल्ट डिस्ने यांच्या जीवनप्रवासाकडे पाहिलं, तर प्रचंड अपयशाचा सामना करूनही त्यांनी त्यांचं ध्येय गाठल्याचं लक्षात येईल. ॲनिमेशन जगताचे सम्राट असलेले वॉल्ट डिस्ने यांचा जन्म ५ डिसेंबर १९०१ रोजी शिकागो येथे झाला. इलियास आणि फ्लोरा डिस्नी या आयरिश दांपत्याचा हा मुलगा. इलियास घर बांधणीच्या सामग्रीचा छोटा व्यापार करायचे. ते आपल्या व्यवसायात पूर्णपणे गुरफटलेले होते. मात्र संध्याकाळी घरी आल्यावर आपल्या कामाचा सारा त्रागा ते आपल्या पत्नी आणि मुलांवर काढायचे. दहा वर्षांचे

असताना त्यांनी रोजगाराच्या शोधात 'कनसस' नावाच्या शहरात जाण्याचा निर्णय घेतला. कोणत्याही विशिष्ट उद्दिष्टाशिवायच ते इतर लोकांप्रमाणे कामाच्या शोधात अमेरिकेतून निघून गेले.

वॉल्ट दहा वर्षांचा असताना त्याला वृत्तपत्र वाटण्याचं काम मिळालं. त्याचबरोबर ते वडिलांच्या कंपनीची जाहिरात-पत्रकंही वाटायला लागायची. मग कोणताही ऋतू असो, पाऊस वा कडक ऊन, आपले फाटके जोडे घालून ते निघायचे. सकाळ असो वा संध्याकाळ, त्यांना वृत्तपत्रं वेळेत पोहोचवण्याची जबाबदारी देण्यात आली होती. पण दिवसभर हिंडून कमावलेले ते पैसे, घरी येताच त्याचे वडील हडप करायचे. छोट्या वॉल्टला या गोष्टीचं फारच वाईट वाटायचं. त्यामुळे अखेरीस आपल्या व्यक्तिगत कमाईसाठी छोट्या वॉल्टने वृत्तपत्रांची खरेदी विक्री करायला सुरुवात केली. त्यातून मिळणाऱ्या पैशांतून ते त्यांना आवडणारी मिठाई घ्यायचे, कारण त्यांच्या घरामध्ये मिठाई खाण्याची सक्त मनाई होती. याच दरम्यान वॉल्टनं एक व्यावसायिक म्हणून स्वतःच्या करिअरची सुरुवात केली.

१९१८ मध्ये, पहिल्या महायुद्धाच्या वेळी आपला भाऊ रॉय याच्याप्रमाणेच वॉल्टनंही सेनेत भरती होण्यासाठी परीक्षा दिली. पण वय कमी असल्यामुळे त्यांना तिथे प्रवेश मिळाला नाही. त्यानंतर ते रेड क्रॉसमध्ये स्वयंसेवक म्हणून काम करू लागले. या कामासाठी त्यांना कित्येकदा समुद्र पार करूनही जावं लागायचं. रेड क्रॉसमध्ये एक वर्षभर ते रुग्णवाहिका चालक म्हणून काम करत होते.

घरी परतल्यानंतर वॉल्टनं आपल्या वडिलांच्या कंपनीत काम करायला सुरुवात केली. प्रथम ते एक साहाय्यक म्हणून काम करत होते. मग काही दिवसांनी ते तिथेच सुरक्षा कर्मचारी म्हणून रात्रपाळी करू लागले, कारण त्यामुळे त्यांना स्वतःचा 'चित्रकलेचा' छंद जोपासता येत होता. शिवाय प्राण्यांची चित्रं रेखाटण्यातही त्यांचा हातखंडा होता.

याच काळात ते वृत्तपत्र व्यंगचित्रकार होण्याचं प्रशिक्षणही घेत होते. मात्र एक उत्तम ग्राफिक डिझायनर असूनसुद्धा त्यांना कुठेही काम मिळत नव्हतं. तरीही त्यांच्या मनात कोणताही कडवटपणा नव्हता. वास्तविक कोणत्याही व्यंगचित्रकारासाठी हा सर्वांत महत्त्वाचा गुण म्हणायला हवा. तरीदेखील कनसस शहरातल्या स्थानिक वृत्तपत्रांच्या कला विभागात त्यांना कुठलंही स्थान मिळालं नाही.

तरीही डिस्ने हिंमत हरले नव्हते. एकदा वर्तमानपत्रात एका छोट्या स्टुडिओमध्ये

साहाय्यकाची आवश्यकता असल्याचं त्यांनी वाचलं. तिथं मुलाखत देताना, वॉल्टने आपल्या कलेचं प्रात्यक्षिक दाखवलं आणि त्यांना नोकरी मिळाली. परंतु दुर्दैवानं त्यांची नोकरी हंगामी होती आणि नाताळाच्या काही दिवस आधीच ते पुन्हा बेरोजगार झाले. पण जाहिरात क्षेत्रात कशा प्रकारे काम चालतं, हे आता त्यांना समजलं होतं. तेव्हा त्या क्षेत्रात नशीब अजमावून बघायचं त्यांनी ठरवलं.

डिस्ने यांनी एका प्रकाशकाला, 'वर्तमानपत्रात रचनात्मक आणि व्याख्यात्मक जाहिराती दिल्या तर खूप नफा मिळू शकतो,' असा सल्ला दिला. त्यांचा हा प्रस्ताव मान्य करून त्या प्रकाशकानं डिस्ने आणि त्यांचे मित्र यूबी इवर्क यांना आपली छोटीशी खोली स्टुडिओ म्हणून वापरायला दिली.

जानेवारी १९२०मध्ये डिस्ने आणि इवर्क यांनी मिळून 'इवर्क डिस्ने कमर्शिअल आर्टिस्ट' नावाची एक लहानशी कंपनी सुरू केली. सुरुवातीला या कंपनीला काम करण्याच्या अनेक संधी मिळाल्या. पण एक दिवस वॉल्टने एका वृत्तपत्रात कनसस शहरातील फिल्म ॲडव्हर्टायझमेंट कंपनीमध्ये ॲनिमेटरच्या नोकरीची जाहिरात पाहिली. तिथे गेल्यावर, त्यांच्या डिझाईन्स पाहून कंपनीच्या व्यवस्थापकांनी दर आठवड्याला ४० डॉलर वेतनावर त्यांना नोकरी दिली. तिथलं काम आणि पगार या दोन्ही गोष्टी डिस्नेसाठी खूपच आकर्षक होत्या. मग, वॉल्ट त्या कामाला नकार देऊ शकले नाहीत आणि त्यांनी नोकरी करायला सुरुवात केली. फेब्रुवारी १९२० मध्ये डिस्ने यांनी स्वत: सुरू केलेला सगळा व्यवसाय सोडून दिला आणि त्याची जबाबदारी आपला मित्र इवर्कवर सोपवली. वॉल्ट यांनी परीकथांवर आधारित असलेले दोन ॲनिमेटेड चित्रपट बनवले, जे देशभर लोकप्रिय झाले.

त्यांचे दोन्ही चित्रपट जरी हिट झाले, तरी त्यासाठी डिस्नेला एकही पैसा मिळाला नाही. उलट काही काळ उदरनिर्वाह करता यावा यासाठी त्यांनी आपला कॅमेरा आणि 'ॲलिस इन वंडरलँड'ची मूळ कथासुद्धा विकून टाकली. एवढं करूनही त्यांची गरिबी काही दूर झाली नाही आणि ते कर्जात बुडाले. आता तर त्यांच्याकडे ना पैसा होता, ना खायला काही होतं, ना राहायला घर!

एकदा एका दंतवैद्यानं एक प्रमोशनल व्हिडिओ बनवण्याची मागणी वॉल्ट यांच्याकडे केली. तेव्हा वॉल्ट त्याला म्हणाले, 'आधी तुम्ही दुकानातून माझ्यासाठी बूट मागवा, तरच मला कामासाठी घराबाहेर पडता येईल.' अशा प्रकारे, अत्यंत विपरीत परिस्थितीतही ते डगमगले नाहीत.

पुढे, कनसस शहर सोडून कॅलिफोर्नियाला जाऊन नव्यानं सुरुवात करण्याचा विचार डिस्नेच्या मनात आला. त्यानंतर ते हॉलिवूडला गेले आणि तिथं त्यांनी अनेक छोट्या मोठ्या चित्रपटांच्या सेट्सवर जाऊन चित्रपट निर्मितीचं तंत्र शिकून घ्यायला सुरुवात केली. मात्र इथं आल्यानंतर त्यांनी आपल्या करिअरला नवी दिशा दिली. पण त्यांना कोणी ओळखतही नव्हतं आणि त्याची गरजही कोणाला भासत नव्हती. खिशामध्ये केवळ ४० डॉलर्स आणि अंगावर असलेला एकच शर्ट एवढंच भांडवल असणाऱ्या डिस्नेकडे पाहायला कोणाला वेळही नव्हता.

मग, स्टुडिओमध्ये काम शोधत बसण्यात काही अर्थ नाही, त्यापेक्षा स्वतःच एखादा व्यवसाय सुरू करावा, असं त्यांच्या मनात आलं. त्यामुळे त्यांनी एक व्हिडीओ कॅमेरा उधार घेऊन तो एका गॅरेजमध्ये लावून ठेवला. या कॅमेऱ्यातून वॉल्ट यांनी खूप सुंदर छायाचित्रे काढली. या छायाचित्रांबरोबरच आपल्या जुन्या दोन चित्रपटांच्या प्रतीही त्यांनी अनेक लोकांना पाठवल्या. अखेर सुदैवानं ती वेळ जुळून आली, जेव्हा एका निर्मात्यानं त्यांना 'ॲलिस इन वंडरलँड'साठी १५०० डॉलर देण्याचं मान्य केलं. शिवाय, तशाच प्रकारच्या डझनभर चित्रपटांची मागणी त्यांनी वॉल्टकडे केली. त्याकाळी अमेरिकेत मोठ्या चित्रपटांबरोबरच छोटे कार्टुन फिल्म्सदेखील पॅकेजमध्ये विकत घेतले जायचे. एकच छोटी कार्टुन फिल्म खरेदी करणं त्याकाळी फायदेशीर ठरत नव्हतं. मात्र, हे सर्व चित्रपट एकाच कॅरेक्टर आणि थीमवर आधारित असावेत, असंही ठरलं. हे डील डिस्ने यांच्यासाठी खूपच लाभदायक ठरलं आणि त्यात त्यांना खूप फायदादेखील झाला. आता स्वतःचं काम सुरू करायला हरकत नाही, याची जाणीव त्यांना झाली.

खरंतर, १२ कार्टुन फिल्म्स एका गॅरेजमध्ये बनवणं ही अत्यंत कठीण गोष्ट होती. शिवाय, वॉल्टना उत्तम दर्जाच्या फिल्म्स बनवण्यासाठी अद्ययावत उपकरणांची आवश्यकता होती. मग आवश्यक आर्थिक मदतीची मागणी त्यांनी भावाकडे केली. त्यांच्या भावानं, रॉयनं वॉल्टसोबत काम करण्याची आणि पैसे देण्याचीही तयारी दर्शवली. वॉल्ट 'ॲलिस इन वंडरलँड'वर काम करायला खूपच उत्सुक होते.

डिस्ने बंधूंनी १६ ऑक्टोबर १९२३ रोजी शॉर्ट कार्टुन फिल्म बनवण्यासाठी 'वॉल्ट डिस्ने कंपनी' स्थापन केली. या कंपनीनं अनेक चढउतार पाहिले. वॉल्टना आपल्या कामात खूपच परिपूर्णता अपेक्षित असायची. अनेकांनी त्यांच्या कामाची स्तुतीदेखील केली. पण एकंदरीतच, सर्व काम खूपच खर्चिक असल्यानं, पुन्हा एकदा त्या दोन्ही भावांच्या डोक्यावर कर्जाचा डोंगर पडला. पण लवकरच ती परिस्थितीही बदलली आणि

पुन्हा एकदा स्टुडिओने यशाची गगनभरारी घेतली.

१९३० मध्ये डिस्नेंच्या कामामध्ये रंग आणि ध्वनी यांचाही समावेश झाला. त्यामुळे त्यांच्या कामाला आणखी प्रसिद्धी लाभली. एव्हाना, वॉल्ट डिस्ने कंपनी देशभरात नावाजली जाऊ लागली. त्याचबरोबर वॉल्टना विविध चित्रपट महोत्सवांत अनेक पुरस्कारही मिळू लागले. यात ऑस्कर सारख्या सर्वश्रेष्ठ पुरस्काराचाही समावेश होता. डिस्ने कंपनी आता यशाची अनेक शिखरं पादाक्रांत करू लागली.

पुढे 'हिमगौरी आणि सात बुटके' या गोष्टीवर आधारित एका पूर्ण लांबीच्या चित्रपटाने केवळ त्यांच्या व्यापारावरच नाही तर रचनात्मकतेमध्येही अनेक बदल केले. चित्रपट निर्मितीच्या दुनियेत इतकी वर्षे काम केल्यानंतर त्यांच्या मनात एक नवीन विचार डोकावू लागला. त्यांना सर्व वयोगटाच्या लोकांसाठी एका ॲम्युझमेंट पार्कची निर्मिती करायची होती. पण हा विचार प्रत्यक्षात उतरवणं ही फार सोपी गोष्ट नव्हती. गुंतवणूकदार त्यांना, सध्याचा काळ त्यासाठी खूप कठीण असल्याचं सांगून, घाबरवू पाहात होते. पण वॉल्टने गुंतवणूकदारांना खूश करण्याचे अनेक प्रयत्न करून पाहिले. अगदी, रॉयनंदेखील या प्रस्तावाला विरोध दर्शवला. 'बहुधा, हा प्रकल्प यशस्वी होणार नाही,' अशी भीती त्यांना सतावत होती. एवढंच नव्हे, तर काही वितरकांना आणि बँकांना या प्रकल्पातून माघार घेण्याबद्दलही रॉयने सुचवलं होतं.

मात्र, आपला हा प्रोजेक्ट साकार करण्यास वॉल्ट डिस्ने इतके आतूर झाले होते, की त्यांनी एका टीव्ही कंपनीशी हातमिळवणी केली. जेव्हा संपूर्ण इंडस्ट्रीनं ज्या कंपनीबरोबर काम करण्याचं नाकारलं होतं, त्याच 'एबीसी' कंपनीसोबत वॉल्टने भागीदारी केली. त्यावेळी ती एक छोटी आणि नवीन टीव्ही कंपनी होती. सुमारे ५ दशलक्ष डॉलरच्या या व्यवहारानुसार, डिस्नेंनी आपला एक कार्यक्रम या टीव्हीवर दाखवायला सुरुवात केली. त्याचं नाव होतं, 'मिकी माऊस'.

यानंतर 'एबीसी', 'वॉल्ट डिस्ने कंपनी' आणि अमेरिकन जनतेचं जगच पालटलं. टीव्ही जगतात वॉल्ट डिस्ने हे सर्वाधिक लोकप्रिय नाव बनलं आणि हॉलिवूडच्या दक्षिणेला ५० मैलांवर डिस्नीलँडला कायमस्वरूपी जागा मिळाली. डिस्नीलँड पहिल्यांदा सुरू झालेलं हेच ते पहिलं ठिकाण.

लवकरच 'डिस्नीलँड' ही अमेरिकेची एक मोठी ओळख बनली. दरवर्षी अंदाजे ५ लाखांहून अधिक लोक इथं येतात. अशा प्रकारे, एका कलाकाराचा सर्जनशील विचार,

आर्थिक कमाईचं मोठं साधन बनला.

अशा प्रकारे, असंख्य अडचणी, समस्यारूपी काट्यांच्या खडतर मार्गावरून डिस्नीचा प्रवास तब्बल ४० वर्षे सुरू होता. चित्रपट आणि टीव्ही क्षेत्रातील मोठे व्यावसायिक, फाईन आर्ट्सचे महारथी, 'मेडल ऑफ फ्रीडम' या अमेरिकेच्या सर्वोच्च पुरस्काराचे विजेते आणि २२ ऑस्कर पुरस्कार प्राप्त करणारे महान व्यक्ती होते, वॉल्ट डिस्ने!

स्वसंवाद

१. उत्तम जीवनावर माझा पूर्ण विश्वास आहे. त्यामुळे अधून-मधून डोकावणाऱ्या भीती आणि असुरक्षिततेच्या विचारांकडे मी फारसं लक्ष देत नाही. मी पूर्णपणे सुरक्षित आहे.

२. यशस्वी होणं अतिशय सुरक्षित आहे. जीवनाचं माझ्यावर प्रेम असल्यानं, त्याला मी यशस्वी झालेलं पाहायचं आहे.

३. मी माझे अनुभव प्रेमानं, आनंदानं आणि सहजपणे सांभाळतो. माझ्या स्वसंवादांमध्ये विलक्षण जादू आहे.

४. माझ्या शरीराच्या प्रत्येक पेशीत विश्वासाची शक्ती आहे. ती व्यक्त करण्यासाठी मी आतूर आहे.

चौथं रहस्य

विश्वसनीयता रहस्य

यशाचा राजमार्ग

> तुम्ही आणि विश्वास यांमधील
> अतूट नात्याचं नाव म्हणजेच, यश!

विश्वसनीयता हा असा एक गुण आहे, ज्याच्या आधारे तुम्ही इतरांचा विश्वास संपादन करू शकता. इतरांचा तुमच्यावर असलेला हा विश्वासच तुमची कार्यं यशस्वी करण्यास हातभार लावतो. मग त्या यशामुळे तुमचा विश्वास आणखी वृद्धिंगत होतो. अशा प्रकारे तुम्ही स्वतःच्या आणि इतरांच्या नजरेतही विश्वसनीय बनता.

विश्वसनीयतेचं रहस्य जाणून, त्याचा अनुभव घेण्यासाठी स्वतःलाच एक प्रश्न विचारा, 'मी इतरांना दिलेलं वचन पाळतो का? वचन दिल्यावर कालांतरानं ते विसरून तर जात नाही ना? लोक माझ्यावर किती विश्वास ठेवतात? माझ्यावर जबाबदारी सोपवून ते निश्चिंत होऊ शकतात का?'

लोकांनी तुमच्यावर दाखवलेला विश्वास म्हणजे एक प्रकारे तुमच्यावरचं कर्जच असतं. तुमच्याकडून जेव्हा त्या विश्वासाला तडा जातो, तेव्हा त्या कर्जावरचं व्याज वाढतं. याउलट जेव्हा तुम्ही विश्वासाला पात्र ठरता, तेव्हा त्या कर्जाचा हप्ता भरलेला असतो. मग ते काम कितीही छोटं असलं तरी! वास्तविक, या गोष्टी अदृश्य पातळीवर

होत असल्याने अनेकजण आपला विश्वास गमावून बसतात.

'मी तुमचं हे काम निश्चितपणे करून देईन', असं जेव्हा तुम्ही एखाद्याला सांगता आणि त्याप्रमाणे वागता, तेव्हा जणू काही तुम्ही कर्जाचा हप्ताच भरलेला असतो. पण 'हो' म्हणून जर चार दिवसांनी नाकारलंत, 'अरे! मी तर विसरूनच गेलो,' तर नकळतपणे अदृश्य रूपात तुम्ही व्याज वाढवून ठेवलेलं असतं. मात्र कालांतरानं त्या घटनेचे दुष्परिणाम दिसू लागतात, तेव्हा आपण स्वतःचंच किती नुकसान केलंय, हे लक्षात येतं. अशा वेळी विश्वसनीयता रहस्याचं महत्त्व नक्कीच उमगतं.

जे लोक विश्वासाला पात्र ठरतात त्यांची सगळी कार्यं सहजपणे होतात. त्यामुळेच ते लोकांना आवडतात. त्यांना कधीच कार्याची कमतरता भासत नाही, कारण जगाला विश्वसनीय लोकांचीच आवश्यकता असते.

एकदा एका चोराला विचारण्यात आलं, 'तू आजवर इतक्या चोऱ्या केल्यास, पण तुझा कोणी साथीदार कसा नाही?' यावर त्या चोरानं उत्तर दिलं, 'आजकाल विश्वासू लोक मिळतात कुठे?' पाहिलंत, एका चोरालासुद्धा विश्वसनीय सहकाऱ्याचीच गरज भासते. याचाच अर्थ, विश्वासू लोकांची आवश्यकता जगात सर्वांनाच जाणवते.

एकदा एका कंपनीच्या अधिकाऱ्याला विचारण्यात आलं, 'त्याला देण्यात आलेला प्रोजेक्ट योग्य प्रकारे आणि वेळेवर पूर्ण होईल का?' तेव्हा त्या अधिकाऱ्यानं प्रतिप्रश्न केला, 'आधी ते कार्य कोण करणार आहे, ते मला सांगा. ते नाव समजल्यानंतरच तो योग्य प्रकारे आणि ठरवलेल्या कालावधीत पूर्ण होईल की नाही, हे सांगता येईल. अन्यथा मला त्या कार्याचं स्वरूप कळू द्या. कारण ते जर कठीण असेल, तर त्या व्यक्तीला ते कार्य जमणार नाही. छोट्या-छोट्या अडचणी आल्या, तरी तो ते काम मध्येच सोडून देईल. त्यामुळे कार्य देण्यापूर्वी, त्याचं स्वरूप सांगा किंवा ते कोण करणार आहे, ते समजलं तरच मला योग्य तो निष्कर्ष काढता येईल.'

आता जरा विचार करा, एखाद्या कार्यासाठी जेव्हा तुमचं नाव सुचवलं जातं, तेव्हा लोकांच्या मनात नेमके कोणते विचार येत असतील? विश्वासार्हतेचे की साशंकतेचे? त्यामुळे तुम्ही अशा प्रकारे विश्वसनीय बना, की तुमचं नाव ऐकताच, 'कार्य १००% पूर्ण होणार,' असं लोकांना वाटायला हवं.

तुम्ही विश्वसनीय आहात की नाही, हे समजून घेण्यासाठी स्वतःला एक प्रश्न विचारा, 'मी ज्या कंपनीत काम करतोय, ती जर माझीच कंपनी असती, तर मी स्वतःला

(माझ्यासारखा स्वभाव असणाऱ्या मनुष्याला) नोकरीवर ठेवलं असतं का?' कारण तुम्हाला स्वतःचा स्वभाव पूर्णपणे ठाऊक असतो. मग या प्रश्नाचं उत्तरही तुम्हाला लगेचच मिळेल. स्वतःला अशा प्रकारे प्रश्न विचारल्याने, तुमच्यामध्ये कोणकोणत्या कमतरता आहेत आणि तुम्ही कधी विश्वसनीय नसता, हे तुमच्या लक्षात येईल. खालील आठ पावलांचं अनुकरण केल्याने तुम्ही निश्चितच विश्वसनीय बनू शकता-

१. **स्वयंशिस्त/आत्मानुशासन अंगी बाणवा :**

विश्वसनीय बनण्याचं पहिलं पाऊल म्हणजे आत्मानुशासन होय. एक कणखर शरीर आणि संतुलित मनाचा स्वामी असलेली व्यक्तीच विश्वसनीय बनू शकते. विश्वसनीय बनण्यासाठी मनुष्याला आत्मानुशासन अंगी बाणवणं अत्यावश्यक ठरतं. त्यानं जर योग्य आहार घेतला आणि शारीरिक, मानसिक व्यायाम केला, तर तो आत्मानुशासित व्यक्तिमत्त्वाचा स्वामी बनू शकतो. त्यासाठी पुढीलप्रमाणे काही संकल्प करता येतील-

'संपूर्ण स्वास्थ्य प्राप्त करण्याचा संकल्प - रोगांपासून मुक्ती. उत्साहानं सळसळणारं, परिपूर्ण मन आणि शरीर म्हणजे संपूर्ण स्वास्थ्य. 'स्वास्थ्य अच्छा तो जग अच्छा', ही म्हण सदैव लक्षात ठेवून, संपूर्ण स्वास्थ्यप्राप्तीचा संकल्प घ्या. संतुलित आहार, विश्रांती आणि योगासन यांच्या माध्यमातून स्वास्थ्य प्राप्त करा. स्वास्थ्य त्रिकोण म्हणजेच संतुलित आहार, शांत झोप आणि योगासन ही त्रिसूत्री अमलात आणून सुदृढ स्वास्थ्य मिळवा. तसंच स्वास्थ्यासंबंधीची वेगवेगळी पुस्तकं वाचा, आरोग्यविषयक चर्चांत सहभागी व्हा.

✽ **पूर्णतेचा संकल्प** - 'मी पूर्ण आहे, पूर्णत्वाकडून प्रत्येक कार्य पूर्ण होतं,' या मंत्राच्या साहाय्यानं पूर्णत्वाचा संकल्प करा. तुम्ही जे काही कार्य करण्याचा निर्णय घेतला असेल ते पूर्ण करा. तुमची संकल्पशक्ती वृद्धिंगत करण्यासाठी पूर्णता म्हणजे जणू एक ब्रह्मास्त्रच म्हणता येईल. पूर्णतेच्या या भावनेतून तुमचं शरीर आपोआपच अनुशासित होऊ लागेल.

✽ **वर्तमानात राहण्याचा संकल्प** - भूतकाळ बदलता येत नाही आणि वर्तमानापासून पलायन करता येत नाही. केवळ सुंदर भविष्यनिर्मितीचं कार्यच वर्तमानात होऊ शकतं. त्यामुळे वर्तमानात सर्वोत्तम कार्य करण्याची सवय लावून घ्या. आपल्या मनाला कायम भूतकाळातल्या आठवणींत आणि भविष्यकाळातल्या कल्पनांमध्ये रमायचं असतं. मात्र सदैव वर्तमानात राहण्याचा संकल्पच मनाला अनुशासित करतो.

✽ **कपटमुक्त होण्याचा संकल्प** - मी कपट, कारस्थानांपासून दूर राहणार आहे, हा संकल्प करा. याचाच अर्थ, कोणतीही गोष्ट अतिरंजित करून, फिरवून, किंवा कमी-

जास्त करून सांगायची नाही. हा संकल्प केलात तर तुमचे विचार, भावना, वाणी आणि क्रिया एकरूप होतील. परिणामी तुम्ही विश्वसनीय बनाल. अशा प्रकारे, तुम्ही जर कपटमुक्त झाला, तर इतर लोकही नि:संकोचपणे तुमच्याशी वार्तालाप करू शकतील.

*** 'वेळेचं व्यवस्थापन करण्याचा संकल्प'–** वेळेच्या नियोजनाचा अर्थ आहे, 'निर्धारित वेळेत कार्य पूर्ण करणं.' जे लोक आजचं कार्य उद्यावर आणि उद्याचं कार्य परवावर ढकलतात, ते स्वत:साठी अनेक समस्या निर्माण करतात. यासाठी 'मी कालातीत असून, माझं प्रत्येक कार्य वेळेवर वा वेळेच्या आधीच पूर्ण होतं', या भावनेसह प्रत्येक काम वेळेवर पूर्ण करा. 'मला वेळच नाही' असा बहाणा कधीही देऊ नका. तुमचं कार्य वेळेवर पूर्ण झालं, तरच तुम्ही लोकांच्या नजरेत विश्वसनीय बनाल.

*** मध्यम मार्ग अवलंबण्याचा संकल्प –** मनुष्याला नेहमीच अतिरेक करणं आवडतं परंतु त्यामुळे तो जीवनात आजारांना निमंत्रण देतो. कारण बोलणं, खाणं, कार्य करणं अशा प्रत्येक बाबतीत तो टोकाची भूमिका घेऊन स्वतःचंच नुकसान करून घेतो. जसं, जास्त खाऊन तो स्वतःचं स्वास्थ्य बिघडवतो आणि मग जेवण न करता, डाएट करण्याचा निर्णय घेतो. अशा प्रकारे तो दुसरंच टोक गाठतो. आता आत्मानुशासन अंगी बाणवण्यासाठी टोकाची भूमिका न घेता मध्यम मार्ग अनुसरायला हवा.

२. सरळ, आदरयुक्त बोलणं :

विश्वसनीय बनण्याचं दुसरं पाऊल आहे– लोकांशी सरळपणे, आदरयुक्त भाषेत बोलणं! इतरांशी बोलण्याचेही दोन प्रकार असतात – एक म्हणजे सरळ, आदरपूर्वक बोलणं आणि दुसरा प्रकार, म्हणजे अनादर दाखवणं. इतरांशी आदरयुक्त बोलण्याने तुमच्यातील आदर स्पष्टपणे झळकतो. म्हणून लोकांशी संभाषण करताना, नेहमी आदरानं बोला. एखाद्या कार्याला नकार द्यायचा असला, तरी तो आदरपूर्वक आणि नम्रतापूर्वक द्यायला हवा.

अनादरयुक्त संभाषण म्हणजे, मनात एक असतं आणि इतरांशी बोलताना मात्र भलतंच बोलता. वरवर लोकांना होकार द्यायचा, पण मनातल्या मनात मात्र 'करू आरामात... काय घाई आहे' असं म्हणायचं. त्यामुळे आधी स्वतःशी योग्य संभाषण करा. मग लोकांशीही आदरयुक्त संभाषण साधा. लोकांना आधी 'हो' म्हणून, ते कार्य न केल्याने तुम्ही स्वतःची विश्वसनीयता गमावून बसता. स्वतःचंच मोठं नुकसान करून घेता.

तुम्हाला वाटतं, की होकार देऊन- एखाद्या कार्याची टाळाटाळ करून स्वतःची सुटका करून घेतली. पण पुढे तीच वृत्ती तुमच्यासाठी अतिशय घातक ठरते आणि संकटांना आमंत्रण देते. त्यामुळे तुम्ही या सवयीतून मुक्त व्हायलाच हवं. एखादं काम करणं जर तुमच्यासाठी अशक्य असेल, तर स्पष्टपणे आणि आदरानं सांगा, 'खरंतर मला हे कार्य करण्याची खूप इच्छा आहे. पण अजून एका महत्त्वाच्या कार्यात गुंतल्याने, सध्या मी हे कार्य करू शकत नाही. कृपया मला माफ करा.'

अशा प्रकारे, आदरानं आणि नम्रपणे सरळ बोललात तर लोकांना वाईट वाटत नाही. तुमच्या हाताखाली काम करणाऱ्या कर्मचाऱ्याला जर तुम्ही, 'तुझ्याकडून हे कार्य अपेक्षित आहे. तू जर हे कार्य करू शकला नाहीस, तर तुला नोकरीवर ठेवण्याचा काहीच फायदा नाही', असं सांगा. मग तो तुमचं बोलणं गांभीर्यानं घेऊन, ताबडतोब स्वतःचं कार्य योग्य प्रकारे करू लागेल. लक्षात ठेवा, विश्वसनीय बनणं हे यशस्वी होण्यासाठीचं अत्यंत महत्त्वपूर्ण पाऊल आहे.

३. उत्साहानं, आळसावर मात करा :

तुम्हाला जर लवकरात लवकर लोकांचा विश्वास संपादन करायचा असेल, तर दिलेल्या वचनाचं पालन करा. असं केल्यावर लोक म्हणतील, 'अरे वा! या माणसानं वचन दिलं होतं आणि कोणताही बहाणा न देता त्यानं ते वचन निभावलं. हा माणूस विश्वसनीय आहे.' अन्यथा आळसापोटी लोक आजचं काम उद्यावर आणि उद्याचं परवावर ढकलत राहतात. मग काम पूर्ण करायची तारीख आली, की माफी मागतात. त्यामुळे समोरील मनुष्याचा तुमच्यावरचा विश्वास नाहीसा होतो. अशा प्रकारे, स्वतःवरचं व्याज किती वाढत चाललंय, याची तुम्हाला कल्पनाच नसते. खरंतर, एखाद्या मनुष्यानं तुमच्यावर विश्वास ठेवला म्हणजे त्यानं तुम्हाला कर्ज दिलेलं असतं. या जगात सर्वांनी परस्परांना कर्जं देऊन ठेवलीत. तुम्हालाही स्वतःच्या कर्जाचा हप्ता भरायचा आहे. तो हप्ता भरला नाही तर एक वेळ अशी येते, जेव्हा फार मोठं व्याज चुकतं करावं लागतं. त्यामुळे विश्वासाचा हप्ता भरण्यात कधीच आळस करू नका.

लोकांचा विश्वास संपादन करण्यासाठी एक डायरी बनवा आणि तुमची दैनंदिन कार्यं लेखी स्वरूपात नोंदवा जेणेकरून कोणतंही कार्य तुमच्याकडून अपूर्ण राहणार नाहीत. शिवाय ती लिहिण्याचाही आळस करू नका, तर रोज डायरी वाचून तुमची कार्यं पूर्ण करा.

विश्वासाला तडा गेल्यावर ज्याप्रमाणे व्याज भरावं लागतं, त्याचप्रमाणे वेळेवर हप्ता भरल्याने पुरस्कारही मिळतो. अनेकदा हा पुरस्कार तुमच्या नजरेला दिसत नाही, त्यामुळे तुम्ही तो हप्ताच भरत नाही. यापुढे, 'विश्वसनीयतेचा पुरस्कार दिसो किंवा न दिसो, मी माझं वचन पूर्ण करणारच,' असा दृढनिश्चय करा. मग विश्वसनीयता रहस्य तुमच्यासमोर उलगडल्याशिवाय कसं बरं राहील?

४. **मौन कर्मचारी बना :**

बरेचजण असे अकर्मचारी असतात, जे कार्याविषयीच्या गप्पा तर मोठमोठ्या मारतात पण प्रत्यक्षात करत मात्र काहीच नाहीत. असे अकर्मचारी बनण्याऐवजी 'मौन कर्मचारी' बनणं अधिक श्रेयस्कर! हे 'मौन कर्मचारी' बोलतात कमी आणि कार्य जास्त करतात. तुम्हीही त्यांच्याप्रमाणेच बनलात, तर लोक तुमचा शोध घेत तुमच्यापर्यंत पोहोचतील. शिवाय तुमच्यावर महत्त्वपूर्ण जबाबदाऱ्याही सोपवतील. अशा प्रकारे वेळेवर कार्य करून तुम्ही इतरांवर नव्हे, तर स्वतःवरच उपकार करत असता, यशाचं दार उघडत असता.

५. **पारदर्शकता ठेवा :**

खुल्या मनानं, मोकळेपणानं मुलांशी बातचीत करून, त्यांच्यासमोरही तुम्ही विश्वसनीय बनायला हवं. मुलांना 'बाळा, आज आपली परिस्थिती अशी आहे, की आपण या महिन्यात जास्तीचा खर्च करू शकणार नाही. त्यामुळे अमुक वस्तू आपल्याला आत्ता घेता येणार नाही,' असं स्पष्टपणे सांगायला हवं. त्यावेळी, बहुधा मुलांना या गोष्टी समजणार नाहीत किंवा त्यांच्या मनावर वाईट परिणाम होईल... असा विचार अजिबात करू नका. कारण, काही लोकांना स्वतःच्या प्रतिमेची खूप काळजी असते. ती जपण्यासाठी ते मुलांना काहीच सांगत नाहीत. पण ही वृत्ती अजिबात योग्य नाही. तुम्ही आपल्या मुलांशी, कुटुंबीयांशी पारदर्शकता राखायलाच हवी. कौटुंबिक समस्या, तुमची दुर्बलता, आर्थिक परिस्थिती यांच्याविषयी त्यांना सांगायलाच हवं. मग ते तुमच्या मदतीसाठी धावून येतील. आम्हीदेखील काही जबाबदारी घेऊ शकतो, असा विश्वास त्यांच्या मनात जागृत होईल. म्हणून तुम्ही लहानपणीच त्यांना सांगायला हवं, 'सर्व जग केवळ विश्वसनीय माणसाचीच कदर करतं. तो कुठेही गेला, तरी त्याला कार्याची आणि मदत करणाऱ्यांची कमतरता कधीच भासत नाही.'

मुलांशी त्यांचे क्लासेस, अभ्यास, इंटरनेटवर व्यतीत होणारा वेळ आदी गोष्टींवर स्पष्टपणे पण आदरानं बोला. या गोष्टींवर कशा प्रकारे नियंत्रण राखायला हवं, ते त्यांना

समजावून सांगा. मुलं किंवा आई-वडील आपापसांत जर काही गोष्टी लपवत असतील, तर ते त्यांची विश्वसनीयता गमावून बसतात आणि व्याज वाढतच जातं. परिणामी मोठे झाल्यावरही त्यांना नात्यांतल्या गुंतागुंतीच्या प्रश्नांचा सामना करावा लागतो.

मुलांनी तुम्हाला न घाबरताही, तुमचा सन्मान राखायला हवा, हे लक्षात ठेवा. त्यांनी मोकळेपणानं स्वतःच्या चुका तुम्हाला सांगायला हव्यात. समजा, तुमच्या मुलाच्या हातून जर एखादी प्लेट फुटली तर त्यावेळी तुम्ही काय कराल? त्यानं ही गोष्ट तुम्हाला सांगायला हवी, की तुमच्यापासून लपवायला हवी? ती प्लेट फुटली तरी चालेल, पण विश्वासाला तडा जाऊ नये, अशीच तुमची इच्छा असेल. तुम्ही जेव्हा मुलांशी मोकळेपणानं बोलाल, विश्वसनीय बनाल तेव्हा मुलंदेखील तसंच वागतील, यात शंकाच नाही.

६. शहामृग बनू नका :

अनेकदा, मनुष्य इतरांना काही गोष्टी सांगताना संकोचतो. जसं, एखादा मनुष्य मृत्यूशय्येवर असेल तर आपण त्याला 'मृत्यू उपरांत जीवन' हे पुस्तक वाचण्यासाठी द्यायला संकोच करतो. कारण त्याचा मृत्यू जवळ आलाय, म्हणून आपण ते पुस्तक त्याला वाचायला सांगतोय, असा त्याचा गैरसमज होऊ नये अशी आपली इच्छा असते. अशा प्रकारे अनेकदा संकोचामुळे लोक इतरांना वस्तुस्थितीही सांगू शकत नाहीत. मग त्या मनुष्याचा मृत्यू झाल्यानंतर ते लोक विचार करतात, 'मी जर त्याला हे पुस्तक वाचायला दिलं असतं तर...'

हे केवळ एक उदाहरण झालं. पण तुम्ही एखाद्या शहामृगाप्रमाणे, सत्यापासून तोंड तर लपवत नाहीये ना, याचा शोध घ्या.

शहामृग एक असा पक्षी आहे, जो शिकाऱ्याला पाहून आपला चेहरा मातीत खुपसतो... जणू काही त्यानं शिकाऱ्याला पाहिलंच नाही अशा आविर्भावात तो असतो. आपण त्याला पाहिलं नाही म्हणजे त्यानंही आपल्याला पाहिलं नाही असं त्याला वाटतं. पण वस्तुस्थिती मात्र वेगळीच असते. सत्यापासून पलायन करू नका, तर सत्याचा करा.

काही जण तर परमेश्वरासोबतही कपट करतात. जसं, एक मुलगी प्रार्थना करते, 'देवा! मला काही नको, फक्त माझ्या आईला चांगला जावई दे.' अशा प्रकारे लोकांना गोष्टी फिरवून सांगण्याची सवय असते. खरंतर, मनुष्यानं नेहमी सरळ आणि कपटमुक्त बोलायला हवं. त्यातूनच तुम्ही सरळ मनाचे असून, वस्तुस्थितीच सांगता, हे लोकांच्या

लक्षात येतं. ही सवय अंगीकारल्यानंतर तुम्हाला थोड्याच दिवसांत या गोष्टीची प्रचिती येते. कदाचित, वस्तुस्थितीला सामोरं जाताना सुरुवातीला थोडी चलबिचल होईल; पण विश्वसनीयता प्राप्त करण्यासाठी सत्याचा सामना करावाच लागेल.

दैनंदिन कार्य करून तुम्ही रोज विश्वसनीयतारूपी माठात, थेंबाथेंबानं पाणी भरता. पण तो माठ पूर्ण भरत नाही, तोवरच ठोकर मारून तुम्ही ते पाणी सांडून टाकता. तुम्ही असं काहीतरी करता, की इतके दिवस थेंबाथेंबानं साठवलेलं केलेलं पाणी क्षणार्धात सांडून जातं. त्यामुळेच शहामृग बनू नका. तुम्ही इतक्या कष्टानं जी विश्वसनीयता कमावली आहे, ती एखाद्या क्षुल्लक चुकीनं गमावू नका. तुमच्याकडून जर अशी काही चूक होत असेल, तर वेळीच सजग व्हा आणि ती टाळा. यासाठीच शहामृगाप्रमाणे वागू नका; तर सत्याचा सामना करा.

७. **कोणाच्याही पाठीमागे त्याची निंदा करू नका :**

विश्वसनीय बनण्यासाठी कोणाच्याही माघारी निंदा करणं, प्रकर्षानं टाळा. एखाद्याच्या पाठीमागे त्याच्याविषयी वाईट बोललात तरी कधी ना कधी त्या गोष्टी त्याला कळतातच. परिणामी तुम्ही स्वतःविषयीचा विश्वास गमावता. शिवाय एखादा माणूस जर तुमच्यासमोर इतरांची निंदा करत असेल, तर 'मी नसताना तो माझ्याविषयीही असंच काहीतरी बोलत असेल,' अशी शंका तुमच्या मनात निर्माण होते. याचाच अर्थ, एखाद्याच्या पाठीमागे निंदा करणं, म्हणजे स्वतःवरील व्याज वाढवण्यासारखंच आहे. त्यामुळे त्या सवयीतून त्वरित मुक्त व्हा.

८. **गोपनीयता राखणं :**

अनेकदा ऑफिसमधल्या काही महत्त्वाच्या गोष्टी गोपनीय राखणं आवश्यक असतं. ती राखल्याने, तुम्ही वरिष्ठांचा विश्वास संपादन करू शकता. तुम्ही उगाचच इकडच्या गोष्टी तिकडे करणार नाही असा विश्वास जेव्हा लोकांना वाटतो, तेव्हाच ते त्यांच्या वैयक्तिक समस्या तुम्हाला सांगतील. अशा प्रकारे घर, ऑफिस, मित्रपरिवार यांच्यातल्या गोष्टी गोपनीय ठेवूनच तुम्ही सामाजिक, व्यावसायिक आणि कौटुंबिक पातळीवर विश्वसनीय बनू शकाल.

जे लोक केवळ कल्पनांच्या जगात रमत नाहीत, बहाणे शोधत नाहीत आणि कोणतंही कार्य उद्यावर ढकलत नाहीत, तेच वेगानं स्वतःची पात्रता वाढवून, विश्वसनीयता रहस्य उलगडू शकतात. हे रहस्य थोडक्यात जाणून घेऊया –

विश्वसनीय बनण्यासाठी पुढील गोष्टी अवश्य करा–

- 'तुमच्यावर सोपवलेलं काम १०० टक्के पूर्ण होईल, असा विश्वास बाळगा.'
- 'जे बोलाल ते करून दाखवा. त्यासाठी लोकांशी स्पष्ट पण आदरयुक्त संवाद साधा.'
- 'मौन कर्मचारी बना.'
- 'मोकळेपणानं आपल्या मुलांशी, कुटुंबीयांशी चर्चा करा. नात्यांत पारदर्शकता राखा.'

विश्वसनीय बनण्यासाठी कोणत्या गोष्टी करू नका –

- लोकांना होकार देऊन नंतर त्या कार्याची टाळाटाळ करू नका
- छोटंसं कार्य टाळण्यासाठी, मोठ्या संकटाला आमंत्रण देऊ नका.
- बोलबच्चन अकर्मचारी बनू नका.
- शहामृगाप्रमाणे सत्यापासून तोंड लपवू नका.
- कमावलेला विश्वास क्षणार्धात गमावू नका.
- कोणाच्याही पाठीमागे त्याची निंदा करू नका.
- एखाद्याचं गुपित कुणासमोर प्रकट करू नका.

'विश्वसनीयता रहस्य' उलगडणारे प्रश्न –

१. इतरांना दिलेलं वचन तुम्ही पाळता का?
२. नातेवाईक, मित्रमंडळींमध्ये तुम्ही किती विश्वसनीय बनला आहात?
३. एखाद्या कार्यक्रमाचं आयोजन करताना तुमच्यावर प्रमुख जबाबदारी सोपवली जाते का?
४. तुम्ही स्वत:चं काम इतरांवर ढकलून, ऐनवेळी त्याचं श्रेय लाटता का?
५. स्वत:ला ओळखून, विश्वसनीय बनण्यासाठी तुम्ही कोणतं पाऊल उचलता?

> विकास साधणाऱ्यांच्या शब्दकोषात
> 'अशक्य' हा शब्दच नसतो. त्याऐवजी
> 'आव्हान' किंवा 'निरंतर प्रयत्न'
> असं लिहिलेलं असतं.

समज साकार, यशाचा पुरस्कार

एखाद्याचं यश पाहून तुमच्या मनात मत्सर किंवा द्वेष निर्माण झाला, तर स्वतःला शांतपणे पुनःपुन्हा सांगा–
'मी मत्सराच्या नाही तर समभावाच्या पक्षात आहे,
मी द्वेषाच्या नाही तर सहकार्याच्या पक्षात आहे.'

एकदा यूनानचे प्रसिद्ध तत्त्ववेत्ते पेरीकिल्स यांच्या घरी एक मनुष्य आला आणि त्याला अद्वातद्वा बोलू लागला. खरंतर तो रागानं लालबुंद झाला होता. रागाच्या भरात त्यानं वेडंवाकडं बोलायला आणि शिवीगाळ करायला सुरुवात केली. पेरीकिल्स निमूटपणे त्याचं सगळं बोलणं ऐकून घेत होते. पण तरीही त्याचा राग काही केल्या शांत होत नव्हता. दुपारी त्यांच्या घरी आलेला तो माणूस दिवस मावळेपर्यंत त्यांच्यावर आगपाखड करत होता. अखेर तो थकला आणि अंधार पडल्यावर घरी जाण्यासाठी निघाला. तेव्हा पेरीकिल्स यांनी आपल्या नोकराला बोलावून सांगितलं, ''कंदील घेऊन या महाशयांसोबत जा आणि त्यांना घरी नीट सोडून ये.'' हे ऐकून तो माणूस लज्जित झाला आणि संकोचूनं त्यानं पेरीकिल्स यांची माफी मागितली.

अशा प्रकारे विरोधकांबरोबर सहिष्णुतेनं वागल्यामुळे त्याच्या मनात असणारा केवळ विरोधच दूर होत नाही, तर त्याच्यासोबत प्रेमाचे बंधही निर्माण होतात. जगप्रसिद्ध शास्त्रज्ञ प्लेटोंच्या मते, 'विरोधकाचं हृदय जिंकणं हाच सर्वांत मोठा विजय असतो.'

● **यशप्राप्तीत बाधा आणणारे विचार** ●
इतरांपेक्षा मला नेहमीच मिळतात कमी गुण

● **महाअनुवाद** ●
'इतर म्हणजे कोण?' हे प्रथम घे समजून.

पाचवी कहाणी

सजगतेची भरारी

निराशेला लगाम

[सतत अपयशी होऊनही उत्साह
न गमवणं यालाच यश म्हणतात
— विंस्टन चर्चिल]

काही लोक आपल्या जीवनात यशस्वी होतात; तर काही जण अपयशाला बळी पडतात. असं का होत असावं बरं? कारण काहीजण आपल्या स्वप्नांना दृढनिश्चयाचे पंख लावतात, तर अन्य लोक स्वतःचं स्वप्न पूर्ण व्हायच्या आधीच आशेची साथ सोडून देतात. काही लोक असेही असतात जे आत्मविश्वासाच्या अभावी स्वतःविषयीच साशंक असतात. आपल्याकडूनच काहीतरी चूक होत असल्याने, यश अधिकाधिक दूर जातंय असं त्यांना वाटत असतं. पण जे लोक यशस्वी होतात ते आपल्या मार्गात येणाऱ्या अडथळ्यांवर मात करण्याचे उपाय शोधून काढतात आणि आपलं लक्ष्यही साध्य करतात.

आता आपण ज्या व्यक्तिमत्त्वाबद्दल जाणणार आहोत, त्या व्यक्तीला एके काळी दक्षिण कॅलिफोर्निया स्कूल ऑफ थिएटर, फिल्म अँड टेलिव्हिजन विश्वविद्यालयातून तीन वेळा काढून टाकण्यात आलं होतं. तेव्हा त्यांनी एका दुसऱ्या संस्थेत जाऊन शिकायला सुरुवात केली. एका बडतर्फ विद्यार्थ्यापासून ते यशस्वी संचालक होण्यापर्यंतचा प्रवास त्यांनी योग्य प्रकारे करून दाखवला.

हे महान व्यक्तिमत्त्व म्हणजे हॉलिवूडच्या नव्या युगातील निर्माते- स्टीवन स्पीलबर्ग. आजच्या घडीला ते हॉलिवूडमधील सर्वाधिक प्रसिद्ध, प्रभावशाली चित्रपट निर्माते, दिग्दर्शक आणि पटकथालेखक आहेत.

स्टीवन जेव्हा ८ वर्षांचे होते तेव्हाच त्यांनी आपल्या वडिलांचा ८ मिलीमीटरचा कॅमेरा हाताळायला सुरुवात केली. त्यांच्यासमोर जे काही येईल, ते रेकॉर्ड करण्याचा त्यांना जणू छंदच लागला होता. सुट्टीच्या काळात ते आपल्या कुटुंबियांचं रेकॉर्डींग करायचे. स्टीवन १२ वर्षांचे असताना त्यांच्या वयाची इतर मुलं जेव्हा टीव्हीवरचे लोकप्रिय कार्यक्रम बघण्यात किंवा मैदानावर बास्केटबॉल खेळण्यात मग्न असायची, तेव्हा ते आपलं स्वप्न साकार करण्याच्या खटपटीत असायचे. त्याच दरम्यान दुसऱ्या महायुद्धातल्या लढाऊ विमानांशी संबंधित अनेक चित्रपट आले होते. त्यातून प्रेरणा घेत आपणही स्वत:चा पहिला चित्रपट लढाऊ विमानांवरच बनवायचा, असा निर्णय स्टीवन यांनी घेतला.

१२ वर्षांचं लहान वय आणि आर्थिक चणचण असतानासुद्धा स्टीवन आपली पहिली फिल्म बनवण्याच्या उद्योगाला लागले. त्यांनी तातडीनं फिनिक्स विमानतळाच्या व्यवस्थापकांना गाठलं आणि काही जुन्या लढाऊ विमानांचं शूटिंग करण्याची त्यांच्याकडे परवानगी मागितली. आपल्या काही मित्रांना त्या विमानाचे पायलट बनण्यासाठी त्यांनी राजी केलं. मग त्या मित्रांचे दोन गट करून एका गटाला शत्रुसैन्याची तुकडी बनवलं. लढाईची दृश्यं अधिक नाट्यमय बनवण्यासाठी त्यांनी रक्ताऐवजी टॉमॅटो सॉस वापरला. त्याचबरोबर बाथरूमला एडिटिंग रूम बनवली. तिथं त्यांनी रेकॉर्ड केलेल्या फिल्ममध्ये खऱ्या लढाईच्या दृश्यांचे व्हिडिओ जोडले. अशा प्रकारे त्यांनी तयार केलेल्या फिल्मला त्यांनी 'फायटर स्क्वॉड' हे नाव दिलं.

खरंतर, स्टीवन यांचं जीवन इतकं सहज-सरळ नव्हतं. चार भावंडांमध्ये ते सर्वांत मोठे होते. त्यांना तीन छोट्या बहिणी होत्या. त्यांचे वडील अभियंता होते, तर आई कार्यक्रमांमध्ये पियानो वाजवायचं काम करत असे. त्यांच्या वडिलांचा बहुतेक वेळ बाहेरच्या कामात जायचा. कधीतरीच ते घरी असायचे. पण पति-पत्नी जेव्हा घरात एकत्र असायचे, तेव्हा त्यांच्यात नेहमी भांडणंच व्हायची.

स्टीवन यांना कधीच आपल्या पित्याचं प्रेम आणि साथ लाभली नाही. उलट, ज्या-ज्यावेळी ते वडिलांकडे जात, तेव्हा अभ्यास आणि कमी गुण यांवरून त्यांच्या आई-वडिलांमध्ये भांडणंच व्हायची. त्यामुळे स्वाभाविकच स्टीवन स्वत:च्या कोषातच राहू लागले. ते आपला जास्तीत जास्त वेळ चित्रपट बनवण्यातच व्यतीत करू लागले. त्याचा परिणाम अभ्यासावरही झाला आणि दिवसेंदिवस त्यांच्या गुणांची पातळी खालावतच गेली.

खरंतर, 'स्टीवन खूप हुशार असून, त्याला 'क' श्रेणीऐवजी 'अ' किंवा 'ब'

श्रेणीच मिळायला हवी', असं त्यांच्या शिक्षकांचंही मत होतं. पण अतिशय गुणवान असूनही, त्यांच्या विक्षिप्त वागण्यामुळे इतर मुलं त्यांना त्रास द्यायची. ते १७ वर्षांचे असताना त्यांचे आई-वडील विभक्त झाले. स्टीवनने तेव्हा दोन नामांकित चित्रपट संस्थांमध्ये प्रवेश मिळण्यासाठी अर्ज केला होता. पण कमी गुण असल्याने त्यांना प्रवेश मिळू शकला नाही, तरीही स्टीवन कधीही निराश झाले नाहीत. 'हा अंत नसून काळोख्या रात्रीनंतरच सूर्योदय होतो' याची त्यांना पूर्ण जाणीव होती.

पुढे, उन्हाळ्याच्या सुट्टीत त्यांनी युनिव्हर्सल स्टुडिओमध्ये काही काळ काम केलं. त्यानंतर त्यांना 'कॅलिफोर्निया स्टेट लाँग बीच'मध्येही काम मिळालं. पण त्यांना सदैव चित्रपट करिअरची चिंता असायची. त्यांनी आपलं शालेय शिक्षण अर्धवट सोडलं आणि पुन्हा ते 'युनिव्हर्सल स्टुडिओ'च्या आवारात रेंगाळू लागले.

तसं पाहिलं तर त्यांची इंटर्नशिप संपल्याने, तिथं थांबण्यात तसा काही अर्थही नव्हता. पण तरीही ते स्टुडिओच्या आसपास घुटमळत राहायचे. शिवाय तिथला पहारेकरी त्यांना ओळखत असल्याने तोही त्यांना आत जाण्यापासून अडवत नसे. तेव्हा स्टीवन आपला पारंपरिक टाय-सूट घालून आणि एक जुनी ब्रीफकेस घेऊन स्टुडिओत जायचे. ते खूपच ऐटीत गार्डला अभिवादन करून स्टुडिओमध्ये प्रवेश करायचे. मग, तिथल्या वेगवेगळ्या विभागात जाऊन ते माहिती घ्यायचे. कलाकार, निर्माता आणि दिग्दर्शकांकडे जाऊन स्वतःचा परिचय द्यायचे. तिथंच शूटिंग बघत, त्यातली प्रत्येक गोष्ट समजून घेण्याचा प्रयत्न करायचे. अर्थात हे सगळं फार काळ टिकू शकलं नाही. कारण अनेकदा लोक त्यांना स्टुडिओतून धक्के मारून बाहेर काढत. पण तरीही त्यांचं मनोधैर्य अजिबात खचलं नाही.

स्टीवनचे विचार खूपच अभिरुचिसंपन्न आणि कलात्मक होते. शिवाय, जुन्या नियमांना बाजूला सारून, सर्व चौकटी मोडून, स्वतःच्या नियमांनुसार चालण्याचा त्यांचा दृढनिश्चय होता. मात्र त्याच दरम्यान स्टीवन आपल्या उपयोगी पडू शकतो, असं काहीजणांच्या लक्षात आलं. आता, स्टीवननं पुढचं पाऊल टाकायची वेळ आली होती. त्यांच्याजवळ स्वतःचा ८ मिलीमीटरचा कॅमेरा होता. पण 'तू जर १६ मिमीच्या रीळवर शूटिंग करून आणलंस तरच आम्ही तुझं शूटिंग बघू', असं त्यांना अनेकांनी सांगितलं. तेव्हाही हार न मानता, स्टीवन यांनी १६ मिमीचा कॅमेरा उधार आणून त्यावर शूटिंग केलं. मग,'तू जेव्हा ३५ मिमीची फिल्म बनवून आणशील तेव्हाच आम्ही ती बघू', असं म्हणून कित्येक लोकांनी त्यांचं मनोधैर्य खच्ची करण्याचा प्रयत्न केला. पण एवढं होऊनही ते वैतागले नाहीत. त्यांनी पुन्हा स्वतःला कामात गुंतवून घेतलं.

स्टीवन यांचा दृढनिश्चय आणि चिकाटी बघून अनेकजण प्रभावित झाले आणि स्टुडिओमधल्या काही जणांनी त्यांची फिल्म बघायचा निर्णय घेतला. ती 'अंबलिन'

नावाची २६ मिनिटांची फिल्म होती. कालांतरानं या लघुपटानं अटलांटा फिल्म फेस्टिवलमध्ये बक्षीसही पटकावलं. त्यानंतर युनिव्हर्सल स्टुडिओनं त्यांच्याबरोबर सात वर्षांचा करार करून आपले चित्रपट आणि टीव्ही शोजचं दिग्दर्शन करण्याची जबाबदारी त्यांच्यावर सोपवली. त्यावेळी स्टीवन अवघ्या २२ वर्षांचे होते.

स्टीवन स्पीलबर्ग हे सर्वाधिक यशस्वी दिग्दर्शकांमध्ये गणले जात, हे आज सर्वज्ञात आहे. 'क्लोज एनकाऊंटर ऑफ द थर्ड काइंड', 'इंडियाना जोन्स', 'पोल्टरगीस्ट', 'द कलर पर्पल' आणि 'सेविंग प्रायव्हेट रायन'यांसारखे अनेक दर्जेदार चित्रपट त्यांच्या खात्यावर जमा आहेत.

कोणत्याही प्रकारची सुविधा किंवा औपचारिक शिक्षण नसतानाही स्टीवन इथवर येऊन पोहोचले होते. त्याचबरोबर त्यांनी अनेक नकारही पचवले होते. अतिशय धैर्यानं आणि संयमानं त्यांनी स्वतःची वेगळी ओळख निर्माण केली. स्टुडिओबाहेर काढलं जात असतानाही त्यांनी स्वतःचं स्वप्न कधीच भंग पावू दिलं नाही. उलट ते एका सेटवरून दुसऱ्या सेटवर चकरा मारत राहिले. जेव्हा लोकांनी त्यांना वारंवार वेगवेगळ्या प्रकारची फिल्म बनवून आणण्यासाठी पाठवलं, तेव्हाही त्यांनी स्वतःचा आत्मविश्वास डगमगू दिला नाही. अनेक अडथळे मार्गात येऊनही त्यावर मात करत निरनिराळ्या प्रकारे सिनेमांचं शूटिंग करत राहीले.

स्टीवन अवघ्या ८ वर्षांचे असताना, त्यांनी जे स्वप्न पाहिलं, ते वयाच्या २२ व्या वर्षापर्यंत प्रत्यक्षातही उतरवलं. या सगळ्यासाठी १४ वर्षांचा काळ जावा लागला. तुम्हालाही जर स्वत:ची स्वप्नं प्रत्यक्षात उतरवायची असतील, तर याच क्षणापासून नकारात्मक घटनांचा आणि टीका करणाऱ्या लोकांचा सामना करताना योग्य समज अंगी बाणवा.

यशस्वी व्यक्ती कधीही कोणत्याच शंकाकुशंकांमध्ये अडकत नाही. आपल्या अपयशाकडे त्या आवश्यकतेपेक्षा अधिक लक्षही देत नाहीत. आपली स्वप्नं पूर्ण करण्यासाठी कुठल्याही प्रकारची मर्यादा ठरवत नाहीत. ते केवळ स्वतःचं उद्दिष्ट निर्धारित करतात आणि मग ते प्राप्त करण्यासाठी पूर्ण निष्ठेनं शक्यतो सर्व प्रयत्न करतात. कोणतीही संधी ते हातातून निसटू देत नाहीत. वेळप्रसंगी नियमांची कुंपणं दूर सारत, यशाच्या मार्गावर अग्रेसर होतात. त्या मार्गातील प्रत्येक अडथळ्यावर मात करून ते शेवटी यश प्राप्त करतातच!

> बी न पेरताच, भरघोस पिकाची अपेक्षा करणं म्हणजे
> कष्टाशिवायच यशप्राप्तीची आशा करणं होय.
>
> **– डेव्हिड ब्लाइ**

स्वसंवाद

१. निसर्गानं मला प्रत्येक समस्येचं निराकरण करण्याची शक्ती दिली आहे. मी जीवनातील प्रत्येक अनुभव कुठल्याही त्रासाशिवाय घेऊ इच्छितो. माझ्यात भरपूर उत्साह आणि ऊर्जा यांचा संचार आहे.

२. मी पूर्ण आहे. पूर्णाकडून प्रत्येक काम पूर्ण आणि वेळेवर होतं.

३. मी जीवनाच्या केंद्रस्थानी (हृदयस्थानी) आहे. मी जे काही बघतो, त्याचा अंतःकरणापासून स्वीकार करतो.

४. मी सहज आणि सरळ संभाषणावर विश्वास ठेवतो. याचा अवलंब करून मानवजातीत शांती आणि सद्भावना पसरावी, यासाठी मी कटिबद्ध राहीन.

पाचवं रहस्य

प्रज्ञा रहस्य

चार सूत्रं

> अपयशातूनच यशाची निर्मिती होते. निराशा
> आणि अपयश हे यशाचे दोन आधारस्तंभ आहेत.
> —डेल कार्नेगी

यश-अपयश यांच्या पलीकडे असणारी 'अंतिम सफलता' प्राप्त करण्यासाठी ज्या रहस्याची उकल होणं आवश्यक असतं, ते म्हणजे 'प्रज्ञा रहस्य'. या रहस्यामध्ये प्रज्ञेचा म्हणजेच 'समज'रूपी शस्त्राचा उपयोग करून अंतर्यामी दडलेल्या अज्ञानरूपी राक्षसाचा वध तुम्हाला करायचा आहे. म्हणजेच तुमच्या प्रवृत्ती, चुकीच्या सवयी आणि जुन्यापुराण्या साचेबद्ध विचारांतून तुम्हाला बाहेर पडायचं आहे. आऊट ऑफ बॉक्स थिंकिंग करायचं आहे. इतर लोक ज्याचा विचार करू शकत नाहीत, अशा गोष्टींचा विचार करायचा आहे. इतर लोक जे बघू शकत नाहीत, ते पाहण्याची दृष्टी विकसित करायची आहे. शिवाय अशा वस्तूंची निर्मिती करायची आहे, ज्याची आजपर्यंत लोकांना आवश्यकताही वाटलेली नाही.

प्रज्ञा रहस्याची उकल न होण्यामागील सर्वांत मोठी बाधा म्हणजे अज्ञान आणि बेहोशी. या बाधांमुळे मी काय मागायला हवं? कशा प्रकारे मागणी करायला हवी? हे त्याला समजत नसल्याने कधी-कधी, अज्ञानापोटी तो हानिकारक गोष्टींची मागणी करतो. कसं, हे समजून घेण्यासाठी पुढील उदाहरण वाचा—

एकदा कडाक्याच्या थंडीच्या दिवसात एक पक्षी एका राज्यातून दुसऱ्या राज्यात उडत चालला होता. अशातच थंडीने गारठून तो पक्षी जमिनीवर कोसळला. तेव्हा तिथून एक गाय चालली होती. जाता जाता गायीनं त्या पक्ष्यावरच शेण टाकलं. त्यामुळे पक्षी त्या गायीवर नाराज झाला आणि मनातल्या मनातच तिला दोष देऊ लागला. पण प्रत्यक्षात शेणामुळे त्याला ऊब मिळाली होती. त्यामुळे त्याच्या शरीराची हालचाल होऊ लागली. तितक्यात तिथून जाणाऱ्या एक मांजरीला त्या शेणात काहीतरी हलताना दिसलं. तिनं हळूहळू आपल्या पंजानं शेण बाजूला केलं पण तिला काहीच दिसलं नाही. मग ती पुढे निघाली. इकडे त्या पक्ष्याला वाटलं, 'बहुधा, माझ्या मदतीसाठीच कोणीतरी आलं होतं पण त्याला मी दिसलोच नाही.' त्यावर तो ईश्वराकडे तक्रार करू लागला, 'हे देवा! असा कसा रे तू? आधीच मी थंडीनं पार गारठून गेलोय आणि त्यातही शेणात पडलोय...' पक्ष्याचा तो आवाज ऐकताच मांजर पुन्हा मागे वळली. तिनं शेणातून त्या पक्ष्याला बाहेर काढलं आणि खाऊन टाकलं.

आता थोडा विचार करा. एका घटनेत त्या पक्ष्याला वाटलं, 'एक तर मी थंडीनं कुडकुडून जमिनीवर येऊन पडलो आणि वर गायीनं माझ्यावरच शेण टाकलं... किती वाईट घडतंय माझ्यासोबत!' खरंतर, गायीच्या शेणामुळे त्याला जीवदानच मिळालं होतं. पण ही गोष्ट तो समजू शकला नाही. मग काही वेळानं मांजराची चाहूल लागल्यावर त्याला हायसं वाटलं. पण शेवटी त्या मांजरानंच त्याचा जीव घेतला. त्यामुळे 'जीवनात येणारं अपयश, प्रत्यक्षात वरदानही असू शकतं' हेच प्रज्ञा रहस्यातून समोर येतं.

या उदाहरणावरून, जगात घडणाऱ्या सर्व घटनांकडे उच्च दृष्टिकोनातून कसं पाहायला हवं, हे तुम्हाला एव्हाना समजलंच असेल. त्यामुळे कोणत्याही घटनेवर 'अमुक घटना चांगली आणि तमुक घटना वाईट' असं शिक्कामोर्तब करू नका. थोडंसं थांबून, त्या घटनेविषयी मनन-चिंतन करा. अन्यथा मनुष्याला ईश्वराकडे योग्य गोष्टींची मागणी करणंही जमत नाही.

त्यामुळे आजपासूनच तुमच्यातील प्रज्ञा बोध जागृत करून, सर्व कुसंस्कार, आणि वृत्ती यांतून मुक्त होण्याचा संकल्प करा. अन्यथा उच्चस्तरीय गोष्ट मिळूनही, स्वतःच्या सवयींमुळे तुम्ही निम्नस्तरीय इच्छांमध्ये अडकू शकता. एका नेपाळी गुरख्याच्या उदाहरणावरून हे समजून घेऊयात-

एकदा एका नेपाळी गुरख्याच्या समोर अल्लाउद्दीनच्या दिव्यातला राक्षस प्रकट झाला. त्यानं गुराख्याला विचारलं, 'तुझ्या तीन इच्छा सांग? मी त्या पूर्ण करीन.' त्यावर नेपाळी गुरख्यानं पहिली इच्छा सांगितली, 'मला एका

मोठ्या शहरात घेऊन चल.' राक्षसानं ताबडतोब त्याला एका मोठ्या शहरात पोहोचवलं. मग त्यानं आपली दुसरी इच्छा सांगितली, 'मला जगातील सर्वांत मोठा आणि सुंदर बंगला हवा आहे.' तेव्हा राक्षसानं त्याच्यासमोर तत्काळ तसा बंगला आणून उभा केला. मग राक्षसानं त्याची तिसरी इच्छा विचारली. तेव्हा त्या नेपाळ्यानं आपली तिसरी इच्छा प्रकट केली, 'आता मला या बंगल्याचा चौकीदार बनव.'

जरा विचार करा, त्या नेपाळ्याच्या दोन मोठमोठ्या इच्छा पूर्ण झाल्यावर त्यानं तिसऱ्या वेळी मागून-मागून काय मागितलं, तर 'मला बंगल्याचा चौकीदार बनव.' अशा प्रकारे तो पुन्हा चौकीदारच झाला. तुमच्याकडूनही अशी चूक होऊ नये यासाठी स्वतःच्या मनोवृत्तींपासून मुक्त व्हायचं आहे. अन्यथा, 'अपयश म्हणजे यशाची पहिली पायरी' हे माहीत असूनही तुम्ही जुन्या विचारसरणीत अडकून अपयशाला दोष देत राहता. हीच यशप्राप्तीतील सर्वांत मोठी बाधा आहे.

या प्रज्ञा रहस्याची चार सूत्रं आहेत. तुम्ही कोणत्याही कार्याला सुरुवात करण्यापूर्वी, त्याच्या सर्व पैलूंचा विचार करायला हवा. ते पार पाडण्यासाठी योजना बनवून, ती अमलात आणायला हवी. ही चार सूत्रं कोणती, ते पाहूया-

पहिलं सूत्र- दूरदृष्टी

प्रज्ञा रहस्य जागृत करणारं पहिलं सूत्र म्हणजे- दूरदृष्टी. तुमच्यामध्ये जर दूरदृष्टीचा गुण असेल तर वर्तमानातही, भविष्यातील शक्यतांचा अंदाज तुम्ही घेऊ शकता. उदाहरणार्थ, अंगदुखी, थकवा अशा गोष्टींद्वारे तुमचं शरीर काही संकेत देत असेल, तर लवकरच उद्भवणाऱ्या आजारपणाचे ते संकेत असू शकतात. मग आजारपण येण्यापूर्वीच तुम्ही ती स्थिती सुधारण्याची खबरदारी घेऊ शकाल. त्यानुसार तुम्ही व्यायाम सुरू कराल किंवा खाण्या-पिण्याच्या सवयींत बदल करू शकाल.

त्याचप्रमाणे तुमचं मन जर तणावग्रस्त असेल, तर तुम्ही आत्मपरीक्षण करून ध्यानधारणा करा. त्या मौनाभ्यासामुळे तुमचं मन पुन्हा एकदा स्थिर आणि शांत होईल. मग तुम्हाला भावनात्मकदृष्ट्या अधिक स्वस्थ वाटेल.

तुम्हाला जर एक सुखी, स्वयंपूर्ण आणि 'उच्चतम विकसित समाज' घडवायचा असेल, तर त्यासाठी पूर्वनियोजन करायला हवं. उदाहरणार्थ, शहराची लोकसंख्या वेगानं वाढत असताना केवळ पाच वर्षांनंतर, शहरातील पाणी पुरवठा आणि निवासस्थानांची उपलब्धता कशी असेल, याचा विचार करून चालणार नाही. त्यासाठी तुम्हाला आजच दीर्घकालीन योजना आखून, त्यानुसार व्यावहारिक पावलं उचलावी लागतील. जसं,

भूकंपप्रवण क्षेत्रात उंच इमारती बनवणारे अभियंता, भूकंपाचा धक्का सहन करू शकतील अशाच इमारती उभारतात. यालाच 'दूरदृष्टी' असं म्हणतात.

वास्तविक, दूरदृष्टी हा अत्यंत दुर्मीळ गुण आहे. खूप कमी लोकांकडे हा गुण असतो. तसंच, ज्या मोजक्या लोकांकडे हा गुण असतो, ते मनन करून भविष्यातील शक्यतांचा वेध घेतात. आजचा समाज जर एका निश्चित दिशेनं पुढं जात असेल तर दहा वर्षांनंतर काय परिस्थिती असेल, याची त्यांना पूर्ण जाणीव असते. शिवाय, जर अशाच वेगानं तो अग्रेसर होत असेल, तर भावी शक्यतांच्या तयारीसाठी आज कोणती पावलं उचलायला हवीत, याचाही ते विचार करतात. परिणामी, कोणत्याही नवीन परिस्थितीला तोंड देताना त्यांना समस्या येत नाही कारण त्यांच्याकडे आधीपासूनच त्यावरचं उत्तर तयार असतं. त्यामुळे ते पूर्वीसारखंच यशस्वी जीवन जगतात.

अर्थातच दूरदृष्टी बाळगून कार्य करताना तुम्हाला केवळ मिळणाऱ्या संकेताविषयीच काम करायचं आहे. निव्वळ भविष्याचा निरुद्देश विचार करत बसता कामा नये. कारण त्यामुळे तणाव निर्माण होऊ शकतो. पण तुम्ही जर दूरदृष्टीनं विचार केलात तर कसलीही चिंता वा त्रास होणार नाही. या दूरदृष्टीचा उपयोग वर्तमानातील परिस्थिती आणखी उत्तम बनवण्यासाठीच करायचा आहे. तुमचं वर्तमान सुधारलं, तर भविष्यही नक्कीच सुंदर बनेल.

दुसरं सूत्र- पूर्वनियोजन

पूर्वनियोजन आणि दूरदृष्टी ही दोन्ही सूत्रं एकमेकांना पूरक असतात. पूर्वनियोजन करण्यासाठी तुम्ही स्वतःला प्रश्न विचारायला हवा, 'आजच्या जीवनात मी असे कोणते बदल करायला हवेत, जेणेकरून मला भविष्यात लाभ मिळेल? त्यासाठी मी काय तयारी, नियोजन करू शकतो?' अशा प्रकारे मनन करून तुम्ही काळानुसार समृद्ध होत विकास करू शकता.

उदाहरणार्थ, एखादा मनुष्य जर दररोज दहा मिनिटं व्यायाम करत असेल, तर प्रत्येक महिन्याला तो आपला व्यायाम दोन मिनिटांनी वाढवण्याचा निर्णय घेऊ शकतो.

त्याचप्रमाणे तो जर ध्यानधारणेसाठी रोज दहा मिनिटं वेळ देत असेल, तर दर आठवड्याला ध्यानामध्ये बसण्यासाठी एक मिनिट अधिक देऊ शकतो. ही अल्पशी गुंतवणूक सुरुवातीला छोटी वाटते. परंतु हेच लहानसं आणि निरंतरपणे केलेलं पूर्वनियोजन, कालांतरानं मोठा लाभ मिळवून देतं. आता हीच गोष्ट एका उदाहरणाद्वारे समजून घेऊया-

> एक तरुण होता. तो आपल्या शेतीसह गाय, बैल यांचीही देखभाल करायचा. त्यात एका वासराचादेखील समावेश होता. त्या तरुणाला वासराचा खूप लळा होता. शेतातून रोज फेरफटका मारताना तो त्या वासराला स्वतःच्या खांद्यावर घेऊन फिरायचा. हळूहळू त्याला या गोष्टीची सवयच लागली.

कालांतरानं, ते वासरू जसजसं मोठं होत गेलं, तसतशी त्या तरुणाची शारीरिक ताकदही वाढत गेली. आता तो शेतकरी कुठंही गेला, तरीही त्या वासराला (जो बैल बनला होता) खांद्यावरून घेऊन जायचा. थोडक्यात, त्या तरुणानं नकळतपणे, शारीरिक शक्तीसाठी बीज पेरलं होतं शिवाय फारसं लक्ष न देताही हे बीज आपोआपच रुजलं, फुललं.

तुम्हीदेखील आज बीज रुजवण्यासारखी कोणकोणती लहान सहान कार्यं करू शकता, जी लवकर फलित होतील, याचा विचार करायला हवा. लहानपणी जशी तुम्हाला पिगी बँकेत पैसे जमवायची सवय होती, तशीच पूर्वनियोजनाची सवय लावून घ्यायला हवी. लहानपणी जसं तुम्हाला त्या पिगी बँकेत थोडे-थोडे पैसे टाकण्यासाठी प्रोत्साहन दिलं जायचं. मग काही दिवसांनी ते पूर्ण भरलं, की इतके पैसे त्यात कुठून आले याचं तुम्हाला आश्चर्य वाटायचं. त्याप्रमाणे तुम्ही आज ज्या लहानसहान कार्यांचं पूर्वनियोजन कराल, तीच तुम्हाला भविष्यात आश्चर्यजनक परिणाम मिळवून देतील.

तिसरं सूत्र -आरपार विचार

एखाद्या विषयाचे सर्व पैलू, प्रत्येक दृष्टिकोन पूर्णपणे समजून घेणं आणि प्रज्ञा रहस्य जागृत करण्याचं तिसरं सूत्र म्हणजे आरपार विचार! थोडक्यात आरपार म्हणजेच सर्वांगीण विचार होय. समजा, तुम्ही जर एखादा दीर्घ अवधीचा प्रोजेक्ट किंवा एखादा मोठा उत्सव साजरा करण्याची योजना बनवत असाल, तर त्याच्या सर्व पैलूंची चेकलिस्ट बनवायला हवी, जी तुम्हाला लाभदायक ठरेल. सर्वप्रथम त्या मोठ्या प्रकल्पाची छोट्या-छोट्या कार्यांमध्ये विभागणी करा. त्यामुळे पूर्ण प्रकल्पाचं नियोजन करणं सोपं होईल. मग त्या कार्यांचा प्राधान्यक्रम ठरवा. जसं, यादीतील कोणतं कार्य, कधी करायला हवं हे पाहा. याच प्रक्रियेला 'थिंक इट थ्रू (आरपार विचार)' असं म्हणतात. थोडक्यात ते कार्य सुरुवातीपासून शेवटपर्यंत कशा प्रकारे पार पडेल, हे मनःचक्षूंद्वारे पाहा.

त्याचप्रमाणे या प्रक्रियेमध्ये तुम्ही त्या प्रोजेक्टशी संलग्न असणाऱ्या सदस्यांशी सल्ला-मसलतही करू शकता. त्यातूनही तुम्हाला मदत मिळू शकते. आश्चर्याची बाब म्हणजे प्रत्येक सदस्यानं अशा एखाद्या पैलूविषयी विचार केलेला असतो, ज्याकडे इतर सदस्यांचं लक्षही गेलेलं नसतं. थोडक्यात ती जणू 'विचार मंथन बैठक' म्हणता येईल. यात विचाराच्या प्रत्येक पैलूचा खुलासा होतो.

तसंच कोणत्याही प्रोजेक्टची विभागणी करून त्याचे अनेक भाग करता येतील. त्यावर सखोल विचार करण्यासाठी सदस्यांचे वेगवेगळे गट बनवता येतील. मग कालांतरानं एकाच मास्टर प्लॅनमध्ये, त्या सर्वांना योग्य प्रकारे एकत्रपणे सामील करता येईल.

चौथं सूत्र- ध्येयाविषयीची सजगता

जेव्हा एखाद्या प्रकल्पाची विभागणी छोट्या छोट्या कार्यांत केली जाते, तेव्हा आपल्यामध्ये कोणत्या दीर्घकालीन गुणांचा विकास होऊ शकतो यावर मनन करायला हवं. त्यामुळे आपल्या प्रत्येक कार्याचं उद्दिष्ट हे केवळ त्या प्रकल्पापुरतं मर्यादित न राहता, त्याचं एक 'दीर्घकालीन उद्दिष्ट' देखील बनेल. याला आपण 'तात्कालिक ध्येयामागे दडलेलं ध्येय' असंही म्हणू शकतो. या प्रकल्पात सहभागी असणाऱ्या सर्व सदस्यांच्या नजरेसमोर हे ध्येय सुस्पष्ट असायला हवं.

खरंतर, तुम्ही प्रामाणिकपणे स्वतःलाच एक प्रश्न विचारायला हवा. तो म्हणजे, 'मी या कार्यामध्ये का सहभागी झालोय?' याचाच अर्थ तुम्ही जे काही करताय, त्या कार्याचा उद्देश तुम्हाला ठाऊक असायला हवा. अन्यथा कार्य झाल्यावर, 'हे कार्य करून मी काही चुकीचं तर केलं नाही ना...?' अशी शंका तुमच्या मनात डोकावत राहील.

एखाद्या प्रोजेक्टची अंमलबजावणी करताना त्याचं ध्येय जर पक्कं ठाऊक असेल, तर त्या कार्याचे दीर्घकालीन परिणाम लक्षात राहतात. त्यामुळे तुम्ही केवळ ते कार्य पूर्ण करण्यावरच लक्ष केंद्रित न करता त्यातून काहीतरी शिकण्याची संधीही साधाल. त्यामुळे भविष्यात तुमचा तेजलाभ, आध्यात्मिक लाभ होऊ शकेल, ही पात्रता निर्माण होण्याची शक्यता तुमच्यात वाढते. त्यामुळे त्या कार्याविषयीचा तुमचा दृष्टिकोन व्यापक, सखोल होत जातो.

'प्रज्ञा रहस्य' उलगडणारे प्रश्न –

१. कोणतीही घटना 'चांगली' अथवा 'वाईट' असा शिक्का मारण्यापूर्वी तुम्ही काही क्षण थांबता का?

२. तुम्हाला स्वतःमध्ये 'दूरदृष्टी' हा गुण का आणि कशा प्रकारे विकसित करायला आवडेल?

३. जीवनाच्या प्रत्येक क्षेत्रात पूर्वतयारी केल्यामुळे तुम्हाला कोणते लाभ मिळू शकतात? जसं, शारीरिक, मानसिक, सामाजिक, आर्थिक आणि आध्यात्मिक.

४. दीर्घकालीन प्रकल्पांमध्ये तुम्ही 'थिंक इट थ्रू' म्हणजेच सर्वांगीण विचार करण्याच्या कलेचा उपयोग कसा कराल?

५. दीर्घकालीन प्रकल्पामध्ये स्वतःचं ध्येय कायम स्मरणात ठेवण्यासाठी तुम्ही कोणत्या उपायांचा अवलंब कराल? यावर मनन करून तुमच्या डायरीमध्ये लिहा.

पुढच्या भागात सक्षम, कबिल्यातील सर्व सदस्य आणि त्या विशेष अठरा लोकांमध्ये जे प्रश्नोत्तर सत्र झालं, ते वाचण्यासाठी आता आपण सिद्ध होऊ या.

असामान्य यश कसं प्राप्त कराल

प्रश्नोत्तर सत्र

> कठीण प्रसंगी महान विभूतींचा (कृष्णाचा) जन्म
> होतो; तुमच्यातही कृष्णचेतनेचा जन्म होऊ शकतो

सक्षमनं दिलेल्या वचनानुसार काफिल्यातल्या शंभर सदस्यांसोबत त्या अठरा लोकांशी वार्तालाप करण्यासाठी प्रश्नोत्तर-सत्र ठेवण्यात आलं. ज्यांच्याशी संवाद साधल्याने अपयशाचं नावसुद्धा मिटून जातं, अशा त्या खास अठरा लोकांना भेटण्यासाठी सर्व सदस्य अतिशय उत्सुक होते.

सर्व सदस्यांनी एकत्रपणे बसून आपल्या मनातील प्रश्न आणि शंका यांचं निरसन व्हावं यासाठी त्या परस्परांना सांगितल्या. मग त्या अठरा लोकांशी संवाद साधण्यासाठी सरपंचांना प्रतिनिधी म्हणून नेमलं. सरपंचांनी या कामाला आनंदानं होकार दिला.

प्रश्नोत्तराच्या सत्राला सुरुवात करताना सरपंच म्हणाले, 'विश्वपरिक्रमा करताना आम्हाला अनेक प्रकारच्या अपयशांचा सामना करावा लागत आहे. या अपयशानं आमचं मानसिक खच्चीकरण होतं. शिवाय आमची

विश्वपरिक्रमा अर्धवट तर राहणार नाही ना, अशी भीतीही वाटते. अपयशाचा हा भवसागर आम्ही कसा पार करू? हा भवसागर पार करणं केवळ अवघडच नव्हे, तर अशक्यप्राय वाटतंय. तेव्हा कृपया तुमच्यापैकी कोणी या प्रश्नाचं उत्तर देऊ शकेल का?'

सरपंचाच्या या प्रश्नावर चैतन्यरूपी पहारेकरी पुढं येऊन म्हणाला, 'माणसाला जे कार्य अशक्यप्राय वाटतं, त्याला तो 'भवसागर' असं नाव देऊन मोकळा होतो. भवसागर म्हणजे असंभव. तुम्हाला विश्वपरिक्रमेचं ध्येय अशक्यप्राय वाटतंय. त्यामुळेच 'मी हा भवसागर कसा पार करू? ही गोष्ट अशक्य आहे. माझ्याकडून हे कसं होणार?' असे प्रश्न तुम्ही विचारत आहात. तुम्ही विचारत असलेल्या या प्रश्नामुळेच खरंतर तुमची मानसिकता कशी आहे, हे समजतं. वास्तवात असा प्रश्न विचारून तुम्ही स्वत:लाच कमी लेखत आहात.

'मग आम्ही नेमकं काय करायला हवं?' सरपंचांनी अधीरपणे विचारलं.

यावर शांतीरूपी शास्त्रींनी उत्तर दिलं, 'तुम्ही सर्वांनी तुमच्या मनातील नकारात्मक प्रश्नाचं सकारात्मक प्रश्नात रूपांतरण करायला हवं. असंभव सागराला 'संभवसागर' बनवायला हवं. आता तुम्हाला हाच प्रश्न योग्य पद्धतीनं विचारायचाय, 'मी हा जीवनरूपी संभवसागर कसा पार करू शकेन?' अशा प्रकारचा सकारात्मक प्रश्न स्वत:ला विचारताच तुम्हाला **'अशक्य, असंभव'** वाटणाऱ्या सर्व गोष्टी सहजशक्य वाटण्यास सुरुवात होईल. परिणामी अपयशावर मात करण्याचा योग्य उपाय तुमच्या दृष्टिपथात येईल. बहुतांश लोक 'यश प्राप्त करणं ही असंभव, अशक्यप्राय बाब आहे', असं मानतात. त्यामुळेच ते आयुष्यात पुढे जाऊ शकत नाहीत. वास्तविक 'अपयशातच यशप्राप्तीचं रहस्य दडलेलं असतं', हा निसर्गाचा नियम आहे. मग प्रश्न पैशांचा असो, आरोग्याचा असो, नात्यांचा असो किंवा इतर कोणत्याही समस्येचा! प्रत्येक प्रश्नाचं, समस्येचं उत्तर हे ती समस्या येण्यापूर्वीच उपलब्ध असतं. आवश्यकता आहे ती केवळ तिथवर पोहोचण्याची.

'अच्छा! मग यावर्षी पावसाचं प्रमाण खूपच कमी आहे. दुष्काळाचं संकट अवघ्या राज्यावर पसरलंय. आता या समस्येत कोणता उपाय दडलेला आहे?' सरपंचांनी ज्वलंत प्रश्नाकडे लक्ष वेधत विचारलं.

त्यावर सृजनशील समीक्षक म्हणाले, 'वास्तविक यावर्षी पाऊस कमी झाला... आता दुष्काळाची समस्या तीव्र होणार...' असं सतत बोलत राहण्यापेक्षा योग्य प्रश्न विचारण्याची कला अंगी बाणवायला हवी. जसं, 'दुष्काळाचा प्रश्न कशा प्रकारे सोडवता

येईल? अशक्य वाटणारा हा प्रश्न शक्य कसा होईल?' असे प्रश्न विचारले तर समस्येवरील रचनात्मक उपाय आपल्याला गवसतील. जसं, पावसाचं पाणी जमिनीवर पडून वाहून वाया जातं. अशा वेळी 'रेन वॉटर हार्वेस्टिंग'सारख्या पद्धतींचा अवलंब करुन अशक्य वाटणारी समस्या सहज सोडवता येते. सर्व अधिकारी, प्रशासक आणि शेतकरी यांनी पाण्याच्या अभावाची समस्या सोडवण्यासाठी स्वतःला योग्य प्रश्न विचारण्याची कला अंगीकारली, तर लवकरच ते यशस्वी होतील.

'इतर सर्वच समस्या अशा प्रकारे सोडवता येऊ शकतील का?' सरपंचांचा पुढचा प्रश्न तयारच होता.

प्रेरणा हा गुण अंगी बाळगणारा प्रकाशक मार्गदर्शन करताना म्हणाला, 'दैनंदिन आयुष्यात स्वत:च्या अपयशावर उपाय गवसणं तुम्हाला अशक्य वाटेल. अशा वेळी अशक्य वाटणारी गोष्ट शक्य करण्यासाठी स्वत:ला तीन प्रश्न विचारा. पहिला प्रश्न आहे–

कोणताही प्रकल्प, अडचण, व्यवहार वा व्यवसाय यांमध्ये असं काय आहे, जे जवळजवळ अशक्य वाटतं. पण ते जर शक्य झालं तर आपल्याला असामान्य यश मिळेल का?

सर्व सदस्यांची समस्या लक्षात घेत सरपंच म्हणाले, 'इथं उपस्थित असणारे काहीजण म्हणतील, 'माझ्या जीवनात भरपूर पैसा असेल तर मला असामान्य यश मिळालं असं म्हणता येईल...' काही लोकांसाठी अधिक वेळ मिळाला तर... काहीजणांसाठी 'आरोग्य उत्तम राहणं' हा यशाचा मापदंड असतो... काही लोक म्हणतील, ग्राहकांबरोबर जर आमचे नातेसंबंध उत्तम बनले किंवा सरकारकडून आम्हाला काम करण्याची परवानगी मिळाली तर असामान्य यश मिळालं, असं म्हणता येईल.'

यावर प्रकाशक म्हणाले, **'अशा वेळी स्वत:ला विचारा, 'अशक्य वाटणारी अशी कोणती गोष्ट आहे, जी शक्य होताच मला असामान्य यश मिळेल?'** या उत्तराला इतर विचारांपासून अलिप्त ठेवा. आता हेच उत्तर तुम्हाला पुढचा मार्ग दाखवेल.'

'अशक्य वाटणारी गोष्ट सहजशक्य बनवण्यासाठी आम्ही काय करावं?'

ऊर्जारूपी शिक्षक म्हणाले, 'दुसऱ्या पावलावर तुम्हाला अशक्य वाटणारी गोष्ट शक्य कशी बनवता येईल त्या उपायांचा विचार केला पाहिजे. तुमची सर्व शक्ती जेव्हा एकाच दिशेनं विचार करू लागेल, तेव्हा तुमची बुद्धीही योग्य दिशेत रचनात्मक पद्धतीने

विचार करू लागेल. तुमचा अंतर्मनाशी संपर्क होईल. हृदयस्थानी असणाऱ्या स्रोताशी तुमचा ताळमेळ साधला जाईल. मग समस्येवरील उपाय तुम्हाला स्पष्ट रूपात दिसू लागेल.'

निर्णयरूपी न्यायाधीशांनी हीच गोष्ट सविस्तर सांगितली, 'आता यानंतर तुम्हाला यश प्राप्त करण्याची कार्यपद्धती निश्चित करायची आहे. जसं, जीवनात आर्थिक उन्नती होण्यासाठी मला कोणत्या रचनात्मक उपायांचा अवलंब करायला हवा? योग्य गुंतवणुकीच्या माध्यमातून आर्थिक संपन्नता कशी प्राप्त होऊ शकते? पैशासंबंधी आपल्या मनात असणाऱ्या चुकीच्या धारणांतून मुक्त होणं, हे श्रीमंत बनण्याचं पहिलं पाऊल आहे. दानरूपी बीज पेरल्याने निसर्ग आपल्याला कित्येक पटीनं वाढवून देतो.'

'अगदी खरंय... पण नातेसंबंधात येणाऱ्या अपयशाचं काय? नाती यशस्वी व्हावीत यासाठी कोणती नवी पावलं उचलायला हवीत?' सरपंचांनी पुढचा प्रश्न विचारला.

विनयशीलतेच्या वकिलांनी आपला वकिली प्रस्ताव मांडला, 'नाती मधुर बनवण्यासाठी नम्रता हा सगळ्यात महत्त्वाचा गुण आहे. तुमच्या संभाषणात जर 'मी योग्य आणि इतर सर्व चूक' असा सूर निघत असेल, तर सर्वप्रथम तो बदलण्याची गरज आहे.'

'पण जर मी योग्यच असेन, तर मी का बदलावं?' सरपंचाच्या चेहऱ्यावर आता गोंधळ स्पष्ट दिसून येत होता.

तेव्हा एक शिल्पकार सौम्य भाषेत म्हणाला, 'त्यासाठी आधी मन शुद्ध करायला हवं. इतरांची भूमिका समजून घ्यायला हवी. मनातून ईर्ष्या, द्वेष, हेवे-दावे इत्यादी नकारात्मक भावना नाहीशा करण्यासाठी आत्मशोध घेणं अत्यंत उपयुक्त ठरतं.'

सक्षम कारागीरसुद्धा अपयशी का होतात, याविषयी ते पुढे सांगू लागले, 'आपल्या कामातील कौशल्य वृद्धिंगत करण्यासाठी सातत्य म्हणजेच निरंतरता हा गुण खूप आवश्यक असतो. शिवाय, 'वेळेचं नियोजन करण्याच्या कलेत प्रावीण्य मिळवण्यासाठी आपल्या दिनचर्येत विशिष्ट बदल कर;वे लागतील. अशा प्रकारे दुसऱ्या पावलावर अशक्य कार्य शक्य बनवण्याचं काम सुरू होईल. अशक्य वाटणाऱ्या बाबी आता सहजशक्य होऊ लागतील.'

यावर सहयोग करणारा संगीतकार आपला मुद्दा स्पष्ट करताना म्हणाला, 'तिसऱ्या पावलावर तुम्हाला समस्येलाच पूल बनवण्याचं कार्य करायचं आहे.'

'ते कसं काय?' सरपंचांनी अतिशय आश्चर्यानं विचारलं.

'एका मनुष्याला आपल्या गावातून दुसऱ्या गावी जाण्यासाठी नदी पार करावी लागत असे. आपल्या या रोजच्या अडचणीवर तोडगा काढण्यासाठी त्यानं खूप विचार करून एक होडी तयार केली, ज्यामध्ये बसून तो रोज नदीतून पैलतीरी जाऊ लागला. आपल्या या नव्या योजनेवर तो खूप खुश होता. दुसरा एक मनुष्यसुद्धा दररोज नदीतून पोहत पलीकडे जाण्याला वैतागला होता. खरंतर हा मनुष्य स्वभावाने खूप उदार होता. त्यामुळेच आपल्या गावातील अन्य कित्येक लोकांना या अडचणीचा सामना करावा लागतोय, याचं त्याला खूप वाईट वाटायचं. यावर मात करण्यासाठी त्यानं सखोल विचार केला आणि आपल्या काही मित्रांच्या मदतीनं त्या नदीवर एक लाकडी पूल बांधला. अशा प्रकारे त्यानं केवळ स्वतःच्याच नव्हे, तर सर्वांच्याच अडचणीवर उत्तम तोडगा काढला. आपल्यासमोर असलेल्या समस्येलाच त्यानं 'पूल' बनवलं.'

'पण कित्येकदा आपण इतरांच्या भल्यासाठी काही तरी करायला जातो आणि तोंडघशी पडतो. अशा वेळी आपल्या समस्येला 'पूल' कसं बनवायचं?' सरपंचानं शंका विचारली.

आता धैर्यशील धोब्यानं उत्तर दिलं, 'संयम हा एक असा गुण आहे, जो अपयशाचं रूपांतर यशामध्ये करण्यासाठी प्रत्येकाजवळ असणं अत्यावश्यक आहे. तुमच्याजवळ संयमरूपी खजिना असेल, तरच तुम्ही इतरांसाठी कल्याणकारी योजना आखू शकता.'

यावर सहमती दर्शवत विश्वासरूपी वैद्य म्हणाला, 'सर्वप्रथम तुम्हाला लोकांच्या मनात स्वतःचं विश्वासार्ह स्थान निर्माण करायला हवं. इतरांसमोर आपले हेतू स्पष्टपणे मांडायला हवेत. कारण तुम्ही कोणत्याही स्वार्थाशिवाय किंवा छुप्या हेतूशिवाय लोकांची मदत कराल, तेव्हाच ते तुम्हाला सहकार्य करतील.'

'पण त्यासाठी संयम असायला हवा ना!' सरपंच चाचरत म्हणाला.

यावर साहसरूपी शिपाई म्हणाला, 'आपल्यातील धैर्याचा गुण विकसित करून, अपयशाला निमित्त बनवून आउट ऑफ बॉक्स थिंकिंग शिकायचं आहे. यासाठी एखादी समस्या निर्माण होताच असा उपाय शोधायला हवा, ज्यामुळे केवळ वैयक्तिक लाभ न होता, इतरांचंसुद्धा भलं व्हावं. अशा प्रकारे तुम्ही स्वतःच्या आयुष्यातील व्यक्तिगत समस्या सोडवतानादेखील एका अर्थानं 'सेवा' करू शकाल. जेणेकरून तुमचं आयुष्य निःस्वार्थी बनेल, तुम्ही विश्वाच्या उन्नतीमध्ये सहभागी व्हाल. साहसाच्या आधारेच हे शक्य आहे.'

'व्यक्तिगत विचार न करता समस्येवरील उपाय शोधायचा, म्हणजे नक्की काय करायचं'? सरपंचानं त्याच्या मनातील शंका विचारली.

प्रेमरूपी माळ्यानं त्याला अतिशय शांतपणे समजावत सांगितलं, 'आता मी तुला एका कथेद्वारे ही गोष्ट समजावून सांगतो. एकदा तीन युवकांच्या आयुष्यात खूप संघर्ष सुरू होता. त्यांच्या आयुष्यात पैसा, योग्य शिक्षण आणि योग्य मार्गदर्शन या सगळ्याचीच वानवा होती. अपयशानं त्यांचं आयुष्य ग्रासून टाकलं होतं. त्यापैकी पहिला युवक आपल्या अडचणींना वैतागून व्यसनांच्या आहारी गेला. आपल्या अपयशाचं खापर तो अडचणी, खडतर काळ, दुर्दैव आणि नातेवाईक यांच्यावर फोडू लागला.'

'दुसरा युवक आपल्या खडतर परिस्थितीशी संघर्ष करून स्वतःच्या पायावर उभा राहिला. इतकंच काय तर अन्य कोणालाही दोष न देता अथक परिश्रम, सकारात्मक विचार आणि आशावादी विचार यांच्या बळावर तो एका मोठ्या कंपनीचा व्यवस्थापक बनला.'

'तिसरा युवक आपल्या समस्येलाच 'पूल' बनवून त्यापलीकडेही विचार करू शकला. त्याच्या अंतर्यामी जिज्ञासेने जन्म घेतला. तो विचार करू लागला 'यश-अपयश यापलीकडे अशी कोणती सर्वोच्च गोष्ट आहे, जी प्राप्त केल्याने मनुष्य आंतरिक समाधान मिळवू शकेल?' यावर सखोल विचारमंथन करून तिसऱ्या युवकानं सत्यप्राप्तीचा मार्ग धुंडाळला आणि पुढेजाऊन कोट्यवधी लोकांच्या आयुष्यात प्रेम, आनंद, शांती, समाधान, सर्जनशीलता यांसारख्या दैवी गुणांचा विकास होण्यासाठी तो निमित्त बनला. जणू आनंदाचा आविष्कारकच त्याच्या अंतरंगात नृत्य करत होता.'

प्रेमरुपी माळ्यानं न थांबता आपलं बोलणं पुढे सुरू ठेवलं, 'तुम्हाला एक असा सर्जनशील शिक्षक मिळालाय, जो एक शब्दही न बोलता तुम्हाला सतत काही ना काही शिकवतच असतो.'

'कोण आहे तो?' सर्वांनी उत्सुकतेवश विचारलं.

'तुमचं ध्येय अर्थात 'विश्वपरिक्रमा', मंद स्मित करत प्रेमरूपी माळ्यानं उत्तर दिलं.

'तुमचं ध्येय हीच तुमच्यासाठी सर्वांत मोठी प्रेरणा असते. ध्येयामुळेच तुमच्यात या अठरा गुणांचा विकास घडून येईल. अट मात्र एवढीच, त्यासाठी तुम्ही एक सजग विद्यार्थी बनायला हवं. ध्येयाच्या दिशेनं घेऊन जाणारी प्रत्येक घटना तुमच्या अंतरंगात

कोणत्या ना कोणत्या सद्गुणांचं बीजारोपण करते. तुम्ही केवळ तुमच्या ध्येयावरच लक्ष केंद्रित करायला हवं. तुमच्यासोबत घडणाऱ्या घटनांना 'चांगलं-वाईट' असं बिरूद लावून दिशाहीन होऊ नका.

'तुम्ही असा शिल्पकार बना, जो केवळ शुद्ध मूर्ती घडवेल. अर्थातच अहंकार, स्वार्थ, कपटीपणा अशा सर्व दुर्गुणांना मनातून हद्दपार करायला हवं. मगच तुम्हाला 'सर्वसमावेशक दृष्टिकोन' प्राप्त होईल. जेणेकरून तुम्ही एखाद्या कुशल अभियंत्याप्रमाणे एकाग्र होऊ शकाल... एकाग्र चित्ताने मनन-चिंतन करू शकाल... शंकासुराची उपेक्षा करून स्वतःच्या निर्णयावर ठाम राहू शकाल. एखाद्या आदर्श वकिलाप्रमाणे नम्र आणि एखाद्या शिपायाप्रमाणे संयमशील बनू शकाल. शिवाय, साधक बनून जवाहिऱ्याची जिज्ञासा आणि आविष्कारकाचा आनंद प्राप्त करू शकाल. एखादा धोबी कामाचा व्याप वाढला तरी संयम बाळगतो, त्याप्रमाणे तुम्हीही संयमशील बनाल. इतकंच काय, तर एखादा कुशल सराफ ज्या संवेदनशीलतेनं, स्वतःचं काम करतो, त्याच तीव्रतेनं तुम्ही स्वतःच्या क्षमता वृद्धिंगत करू शकाल...

सक्षमने सर्व सदस्यांकडे हसतच एक दृष्टिक्षेप टाकला, तेव्हा त्या सर्वांच्या चेहऱ्यावर समाधान झळकत होतं. शिवाय, प्रत्येकाच्या डोळ्यांत सक्षमविषयी कृतज्ञतेचे भाव होते आणि का नसावेत... कारण सक्षममुळेच सर्वांना या अठरा सद्गुणांविषयी जाणता आलं. त्यामुळेच त्या काफिल्यातील सर्व सदस्यांच्या नजरेत काहीतरी गवसल्याची चमक होती. 'खरंच! हे अठरा लोक इतके शांत आणि प्रसन्नचित्त का आहेत, हे आम्हाला आता समजलं. त्यांना ना स्वास्थ्याविषयी कोणती समस्या, ना कोणती आर्थिक समस्या. कारण हे सर्व लोक 'यश-अपयश' या संकल्पनेपलीकडे पोहोचले असून सफल-सफलतेत स्थित झालेत.

जे तुम्ही आज, आत्ता करताय, ते उत्तम करा.

जे तुम्ही काल केलं, त्यातून
बोध घेऊन विसरून जा.

जे तुम्ही उद्या करणार आहात,
ते सर्वोत्तमच असेल, यावर विश्वास ठेवा.

जे कार्य विश्वातील एखादा मनुष्य करू शकतो,
ते कार्य तुम्हीदेखील करू शकता.

स्वतःच्या बळावर विश्वास ठेवा,
संधी ओळखा, मग यश नक्कीच मिळेल.

अंतिम यश
आध्यात्मिक क्षमता कशी वाढवाल

अपयशाचा सामना करण्याची तयारी

> ज्या स्तरावर समस्या उत्पन्न होते,
> त्याच स्तरावर तिचं निरसन करता येत नाही.
> – अल्बर्ट आईन्स्टाईन

सर्व प्रकारच्या क्षमतांमध्ये सगळ्यात महत्त्वाची आणि आवश्यक बाब म्हणजे 'आध्यात्मिक क्षमता'. तुमच्याकडे जर ही एकच क्षमता असेल तर तुम्ही अन्य कोणतीही क्षमता सहज प्राप्त करू शकता. परंतु यंत्रवत जीवन जगणाऱ्या, आयुष्याच्या रेसमध्ये धावत सुटलेल्या लोकांच्या मनात अध्यात्माविषयी काही गैरसमज आहेत. त्यांच्या मतानुसार अध्यात्म एक टोक आहे, तर संसार त्याविरुद्ध टोक. या जगात, प्रापंचिक जबाबदाऱ्या पार पाडताना, उदरनिर्वाह करताना अध्यात्माची कास धरता येणं केवळ अशक्य आहे. म्हणजेच आध्यात्मिक मार्गावर चालण्यासाठी प्रपंच, आपल्या इच्छा, स्वप्न... या सर्वांचा त्याग करावा लागेल.

खरंतर, आध्यात्माविषयीच्या या सर्व धारणा अत्यंत चुकीच्या आहेत. वास्तविक जो मनुष्य आध्यात्मिक स्तरावर सक्षम असतो, तो जीवनाच्या इतर क्षेत्रातही विकास करू शकतो. इतकंच काय तर लौकिकार्थानं यशही प्राप्त

करू शकतो. शिवाय, 'संसार आणि परमार्थ' हे संतुलन साधताना तो आयुष्याचा पुरेपूर आनंददेखील लुटू शकतो. अशा मनुष्याची आध्यात्मिक समज दृढ असल्याने तो यशाने कधी हुरळून जात नाही आणि अपयशाने कधी खचतही नाही. निर्णय घेताना किंवा जोखीम पत्करताना त्याला कसलीच भीती वाटत नाही. कारण प्रत्येक क्षणी तो काहीतरी नवीन शिकण्यासाठी सज्ज असतो. तसंच तो स्वतःमध्ये कालानुरूप बदलही घडवतो.

आध्यात्मिक स्तरावर सक्षम असणाऱ्या मनुष्याचं मन एकाग्र असतं. प्रत्येक गोष्टीचा सांगोपांग विचार करण्याची क्षमता त्याच्यात असते. गैरसमजुती आणि पूर्वग्रहांमध्ये तो गुंतून राहत नाही. त्यामुळेच तो खुलेपणानं, खुश राहून आनंदानं, सुखी समाधानी आयुष्य जगतो आणि आपल्या ध्येयाप्रत सहजतया पोहोचतो.

आध्यात्मिक दृष्ट्या सक्षम असलेला मनुष्य ही गोष्ट जाणतो, 'वास्तवात तो कोण आहे, त्याचा पृथ्वीवरील जीवनाचा उद्देश काय आहे, इतर लोकांची आणि नातेसंबंधांची त्याच्या आयुष्यात कोणती भूमिका आहे, इतर सर्व ध्येयांखेरीज त्याचं मूळ ध्येय काय आहे...' अशा प्रकारे वास्तव जाणल्यानंतर तो कोणत्याही घटनेशी आसक्त होत नाही आणि आपलं संपूर्ण योगदान देण्याची क्षमता त्याच्यात येते. तो लवचीक बनतो. यश-अपयशापलीकडे असलेलं जीवन जगतो. त्याच्या मनात कोणाविषयी द्वेष किंवा दुर्भावना नसते. तो पूर्णपणे सकारात्मक बनतो. नात्यातील त्याचा अहंकार नष्ट होऊन त्याचं कौटुंबिक, सामाजिक आणि व्यावसायिक नातेसंबंध मधुर होतात.

तात्पर्य, तुमच्याकडे जर आध्यात्मिक क्षमता असेल तर तुम्ही जीवनाच्या सर्व क्षेत्रात सर्वोच्च शक्यता विकसित करू शकता. त्यासाठी सत्यश्रवण, मनन, पठण, सत्यसंघ याद्वारे आध्यात्मिक क्षमता वृद्धिंगत करता येऊ शकते.

अशा प्रकारे, आत्तापर्यंत आपण पाहिलं, की शरीर, मन, बुद्धी आणि नातेसंबंध निभावण्याची तसंच आध्यात्मिक स्तरावरील क्षमता प्राप्त केल्याने मनुष्य अपयशाचा सामना करत, यशाच्या दिशेनं अग्रेसर होऊ लागतो. तुमच्यातील क्षमतांचा विस्तार होण्यासाठी पुढे दहा रहस्यं सांगण्यात आली आहेत. ही दहा रहस्यं म्हणजे जणू यशाच्या मार्गातील मैलाचे दगड! जे तुम्हाला यश-अपयशापलीकडील तेज सफलतेमध्ये स्थापित करतील.

अंतिम सफलता

ईश्वर ते मनुष्य आणि मनुष्य ते ईश्वर! हेच आहे यशाचं सोपान. मग आता प्रश्न असा निर्माण होतो, 'तुम्ही खरोखरच माणूस बनला आहात का?' या पृथ्वीवर येऊन 'माणूस बनणं' हे पहिलं यश आणि 'ईश्वर बनणं' हे अंतिम यश आहे. पहिलं यश आणि अंतिम यश यांच्या मध्यभागी आहे क्षमता. तुम्हालाही स्वतःची क्षमता वाढवण्यासाठी अठरा गुण अंगीकारायचे आहेत. जसजसे, ते गुण तुमच्यात सामावू लागतील, तसतसे तुम्ही यशशिखराच्या निकट जाल.

साधारणतः मनुष्य यश मिळताच आनंदी आणि अपयश येताच दुःखी, निराश होतो. प्रशंसेमुळे त्याला आनंदाच्या उकळ्या फुटतात, तर कोणी निंदा करताच त्याला नैराश्य येतं. सुखसोयी लाभताच तो खुश होतो, पण असुविधा येताच त्याला दुःख होतं. हेच आहे निसर्गाचं मायाजाल! या मायाजालातून मुक्त झाल्यावरच मिळतं 'अंतिम यश.'

निसर्गाचे सर्व घटक जसं, झाडं, लता, वेली, पशु-पक्षी, मनुष्य असे सर्वजण या मायाजालात अडकलेले आहेत. परंतु मनुष्य हाच एकमेव असा प्राणी आहे, ज्याची या मायाजालातून बाहेर येण्याची शक्यता असते. जनावरांमध्ये आपण पाहिलं असेल, त्यांचा एक ठरावीक प्रजनन काळ असतो. या प्रजनन काळात ते मुलांना जन्म देऊन, त्यांचं ठरावीक कालावधीपर्यंत पालन-पोषण करतात. काही प्रजातींच्या पशूंमध्ये आई मुलांची देखभाल करते, तर काही ठिकाणी पिता त्यांची काळजी घेतो. मग ती मुलं मोठी झाल्यावर पुन्हा तेच प्रजनन चक्र पुढे सुरू ठेवत, त्यांची प्रजाती जिवंत राहील याची काळजी घेतात. अशा प्रकारे प्रत्येक प्राणी स्वतःच्या कालचक्राशी बांधलेला असतो. त्या कालचक्राबाहेर जाऊन तो काहीच करू शकत नाही.

केवळ मानव जातीतच दोन शक्यता उपलब्ध असतात. त्या म्हणजे निसर्गचक्रानुसार रडत-खडत जीवन जगणं किंवा मायाजालातून बाहेर पडून खरं, सफल जीवन जगणं. नेमक्या याच गोष्टीमुळे मनुष्य निसर्गाच्या अन्य घटकांपेक्षा सर्वश्रेष्ठ ठरतो. त्यामुळेच काही कहाण्यांमध्ये, 'देवतांनाही मनुष्य बनण्याची इच्छा असते' असं सांगितलं जातं. या सांगण्याचा अर्थ असा, की देवतांनाही पृथ्वीवर येऊन अपयशाचा सामना कसा करावा, याचा अभ्यास करण्याची इच्छा असते. चेतनेच्या सर्वोच्च स्तरावर जाण्यासाठी, काही आव्हानं ते स्वीकारतात. ते केवळ मनुष्यदेहातच शक्य आहे.

केवळ खाणं-पिणं, सुखसोयींचा उपभोग घेणं हे तर प्रत्येकाकडून आपोआपच घडत असतं. पण त्यासाठीच मनुष्यजन्म मिळालेला नसून, त्यामागे एक सर्वोच्च प्रयोजन

असतं. ते म्हणजे- 'आत्मसाक्षात्कार'. अर्थात, सर्व वासनांतून मुक्त होत स्वतःचं असीम अस्तित्व जाणून ईश्वरीय गुणांची अभिव्यक्ती करणं. हे कार्य केवळ मनुष्यदेहातच शक्य आहे. म्हणूनच मनुष्यदेह महत्त्वपूर्ण असून, मायाजालातून मुक्त होण्याची शक्यता या देहात असते.

जसं, रॉकेट पृथ्वीवरून झेपावतं तेव्हा गुरुत्वाकर्षणाच्या मर्यादेबाहेर पडण्यासाठी त्याला अतिरिक्त शक्तीची गरज भासते. त्यानंतरचा त्याचा पुढचा प्रवास अगदी सहजसोपा होतो. एकदा, पृथ्वीच्या गुरुत्वाकर्षणाच्या कक्षेबाहेर जाताच त्याचं पुढील काम, कमी इंधनातसुद्धा सुरू राहतं. कारण, त्यानंतर त्याला जिथं पोहोचायचं आहे, ते आकर्षण त्याला खेचू लागतं. अगदी अशाच प्रकारे मायाजालाच्या आकर्षणातून बाहेर पडण्यासाठी, सुरुवातीला थोडी ताकद लागते. ही ताकद, शक्ती तुमच्यामधील वृत्तींना बाजूला सारून, काही वेगळे निर्णय घेण्यास भाग पाडते. ही सबळ क्षमता प्राप्त करणे, हेच यशप्राप्तीचं रहस्य आहे.

प्राण्यांमध्ये मात्र अशी कोणतीच शक्यता नसते. ते साचेबद्ध जीवन जगतात. ज्या शरीरांमध्ये सर्वोच्च यश संपादन करण्याची इच्छा तीव्र असते, ते अशा साचेबद्ध जीवन जगण्यातून मुक्त होतात. अन्यथा लोक केवळ मनुष्याचे मुखवटे धारण करून पशूसमान जगतात. परंतु काही वेगळे प्रयोग करणारे वेगळी पावलं उचलतात जेणेकरून आपण मायाजालाच्या विळख्यात किती अडकलोय, याची जाणीव त्यांना होते. त्यानंतरच मायाजालातून मुक्त होण्याचा प्रवास सुरू होतो. मोहमायेतून मुक्त होणाराच, 'माणूस' बनतो. असा 'माणूस बनणं', हीच अपयशाचा सामना करण्यासाठीची पहिली अट आहे.

केवळ चेहरा आणि रंग-रूप मनुष्याप्रमाणे असणं म्हणजे खऱ्या अर्थानं मनुष्य बनणं नव्हे. आज विज्ञान इतकं प्रगत झालंय, की भविष्यात कृत्रिम मनुष्याची निर्मिती करणं अगदी सहजशक्य बनेल. इतकंच काय तर, माकडाला मनुष्याच्या रूपात किंवा सिंहाला शेळीच्या रूपात प्रस्तुत करणं असो... रूप बदलण्यात मनुष्य कुशल बनला आहे. मग एखाद्या दिवशी शेळीसुद्धा सिंहासारखी दिसू लागेल.

पण लक्षात घ्या, ती शेळी मनातून तर भेदरलेलीच राहणार ना! मनुष्याच्या बाबतीतही नेमकं हेच तर घडतंय. वरकरणी माणसासारखा दिसणारा हा मनुष्य आतून मात्र संकुचित, भयभीत असतो. तेव्हा स्वतःला विचारा, 'आज मी खरंच माणसासारखं जगतोय का? मी स्वतःला काय मानून जगतोय? मी खरंच किती जागृत, सजग आहे?'

तुम्ही कोणत्या आधारावर निर्णय घेता, यावरच तुमचं यशापयश अवलंबून असतं.

यासाठीच तुम्ही घेतलेल्या प्रत्येक निर्णयावर मनन करा. स्वतःला विचारा, 'मी जो निर्णय घेतोय, तो स्वतःला शरीर समजून घेतोय, की स्वतःच्या असीम अस्तित्वाला स्मरून?' लक्षात घ्या, शरीर चालवण्यासाठी जेवढी आवश्यकता आहे, तेवढंच त्याच्याशी आसक्त व्हायला हवं, त्यापेक्षा जास्त नाही. शरीराला आरसा बनवून स्वतःची अनुभूती घ्यायची आहे आणि मगच अभिव्यक्त व्हायचं आहे. वास्तवात हेच आपल्या जीवनाचं मुख्य उद्दिष्ट आहे.

एखादा मनुष्य म्हणतो, 'आता मी एकदम हायटेक झालोय, मी स्वतःची कंपनी चालवतो, वर्षातून कितीतरी वेळा परदेशवारी करतो, इतके मोठे निर्णय घेतो, जे बऱ्याचदा योग्यही ठरतात!' अशा प्रकारे भौतिक श्रीमंती कमावून मनुष्य स्वतःचं कर्तृत्व दाखवण्याचा प्रयत्न करतो. पण स्वतःच्या निर्णयांचा तो जेव्हा गांभीर्यानं आणि प्रामाणिकपणे विचार करतो, तेव्हा त्याच्या लक्षात येतं, की हे सर्व निर्णय त्यानं मोहमायेच्या प्रभावाखाली, आसक्ती किंवा भीतीपोटी घेतले होते. स्वतःला केवळ एक शरीर समजून, स्वतःचा फायदा आणि सुखसोयी लक्षात घेऊन त्यानं ते निर्णय घेतले होते. आरशात आपला चेहरा दिसावा इतकाच त्याला स्पर्श करायचा आहे. आरशानं केवळ त्याची भूमिका पार पाडायला हवी. अन्यथा मनुष्य सर्व निर्णय आरसा चकचकीत दिसावा या हिशेबाने घेतो.

तुम्ही, 'मी शरीर आहे' असं समजत असाल, तर त्यानुसारच सर्व निर्णय घेतले जातील. मग शरीर सुंदर कसं दिसेल... ते अमर कसं होईल... ते अधिकाधिक काळ जिवंत कसं राहील... यासाठी विविध प्रकारची औषधं शोधली जातील, जेणेकरून मनुष्य दोनशे-तीनशे वर्षं जिवंत कसा राहील. खरंतर, स्वास्थ्यप्राप्तीसाठी असा शोध घेणं वेगळं परंतु अमरत्व प्राप्त करण्याच्या इच्छेला किती महत्त्व दिलं जातंय, यावर मनन करायला हवं. अशा वेळी मनुष्यानं स्वतःला प्रश्न विचारायला हवा, 'तीनशे-चारशे वर्षे जगून मी नेमकं काय करणार आहे?' समजा, एखादा नेता तीनशे वर्षं जगला तर तो कसे निर्णय घेईल? त्याच्या निर्णयांमुळे विश्वाचं काय होणार आहे?' अगदी थोडेसे लोक जरी योग्य निर्णय घेऊ लागले, तरीदेखील एखादा बदल होण्याची शक्यता बळावेल.

तात्पर्य, शरीराची काळजी तर घ्यायलाच हवी, आरोग्याच्या संवर्धनासाठी सर्व प्रयत्नही करायला हवेत; पण हे सर्व करताना शरीर हे केवळ एक साधन आहे, हे जाणूनच. गरजेपेक्षा एक घास जरी तुम्ही जास्त खाल्ला तर तुमच्यावर अज्ञानाचा पगडा अजूनही कायम आहे, हे निश्चित! कारण जो स्वतःला जाणतो, तो मोहमायेला कधीच बळी पडत नाही.

तुमचे निर्णय हाच तुमचा आरसा आहे. तुम्ही निर्णय घेताना महत्त्वाकांक्षा, विकार,

अहंकार किंवा वासना यांच्या अधीन असाल तर याचाच अर्थ, मायाजालाची तुमच्यावर असणारी पकड खूपच मजबूत आहे. मग केवळ सांसारिक कर्तव्यं पूर्ण करण्यात, विवाह करून वंश पुढे चालवण्यात तुम्ही धन्यता मानाल. त्यापेक्षा अधिक तुम्हाला काहीच करता येणार नाही. पण तुम्ही खऱ्या अर्थाने 'माणूस' बनू शकाल का? होय, प्राप्त झालेलं ज्ञान तुम्ही अमलात आणलं तर... मग या पृथ्वीवर येऊन अंतिम सफलता मिळवण्याचं तुमचं प्रयोजन निष्फळ ठरेल का? वास्तविक तुम्ही ईश्वरीय अनुभवात स्थापित होऊ शकता. म्हणजेच, तुम्हाला जागृत अवस्था निश्चितच प्राप्त होऊ शकते.

आता निर्णय तुम्हाला घ्यायचाय... तुमच्यातील सर्व शक्यता विकसित करण्याचा... स्वतःच्या क्षमता वृद्धिंगत करून, मनुष्यापासून ईश्वर बनण्याचा... सर्वसामान्य यशापासून अंतिम यशापर्यंतचा प्रवास करण्याचा...

प्रस्तुत पुस्तकाच्या मुखपृष्ठावर फाशांचं चित्र देण्यात आलं आहे. परंतु त्यामध्ये प्रत्येक ठिकाणी, एकेका बिंदूची कमतरता आहे. थोडक्यात ते चित्र अपूर्ण आहे.
पुस्तकाच्या या पानावर मात्र ते फाशांचं चित्र पूर्णपणे देण्यात आलं आहे, जे तुमच्या संपूर्ण यशाचं प्रतीक आहे.
तुमचं यशही याचप्रमाणे प्रत्येक पावलागणिक संपूर्ण असावं, हीच अपेक्षा!

प्रेरक खंड

अपयशाचा सामना करणारे लोक कसे जगतात

माझे सगळे शिक्षक माझे शत्रू आहेत.
माझे सगळे शत्रू माझे शिक्षक आहेत.

१

प्रेरणादायी जीवन

नकार देणाऱ्यांना घाबरू नका

> नव्या चुका म्हणजे जणू प्रगतीचं लक्षण आहे तर चुकांची पुनरावृत्ती करणं हे असजगतेचं द्योतक आहे.

ही घटना आहे १९३९ची. अमेरिकेत कर्नल सँडर्स नावाचा एक सद्गृहस्थ राहत होता. काही कारणानं त्याचं हॉटेल जळून खाक झालं. सँडर्सच्या आयुष्यभर कमावलेल्या मेहनतीवर जणू पाणीच पडलं. पण हार मानेल तो सँडर्स कसला! त्यानं एका विशिष्ट पदार्थाची खास पाककृती तयार केली. आता या पाककृतीच्या बळावर त्याला नवीन हॉटेल सुरू करायचं होतं. पण सँडर्ससमोर सर्वांत मोठा प्रश्न होता, तो भांडवलाचा! कर्नल सँडर्स भांडवल जमा करण्यासाठी विशेष रेसिपी घेऊन घरातून बाहेर पडला. पण त्यानंतर त्याला जवळपास तीनशे लोकांनी नकार दिला. मात्र या कार्यात त्याला एक असा मनुष्य भेटला, ज्यानं सँडर्सच्या स्वप्नावर विश्वास ठेवला. पण सँडर्स जर ३०० वेळा नकार ऐकून त्यावेळी थांबला असता, तर ८० देशांमध्ये अकरा हजार रेस्टॉरन्ट्स तो उघडू शकला असता का? आज बहुतांश सर्व देशांमध्ये केंटुकी रेस्टॉरन्ट्स आहेत. कारण 'जगभरात जितके नकार देणारे लोक आहेत, त्यापेक्षा अधिक होकारात्मक प्रतिसाद देणारे लोक आहेत', यावर सँडर्सचा ठाम विश्वास होता.

या जगात ७ अब्जाहून अधिक लोक राहतात. म्हणून काही लोकांनी जर एखाद्या गोष्टीसाठी नकार दिला, तर त्यांहून अधिक लोक तुम्हाला होकार देतील, याची खात्री बाळगा. कारण निसर्गात प्रत्येक गोष्ट मुबलक प्रमाणात उपलब्ध आहे. तुम्हाला जर एखाद्या गोष्टीसाठी कोणाकडून सकारात्मक प्रतिसाद मिळत नसेल तरीही पुढे मार्गक्रमण करत राहा. पुढच्या वळणावर कोणी ना कोणीतरी तुमची वाट पाहतच असतो. कारण जगात सर्वकाही भरपूर आहे.

यशाचा नियम

जे सगळे पाहतात, ते पाहा. पण ज्याविषयी इतर कुणीही विचार केला नसेल, असा विचार करा.
तुम्हाला जर तसा विचार करता येत नसेल,
तर ज्या लोकांना रचनात्मक विचार करता येतात,
अशा लोकांच्या सहवासात राहा.

२

ज्ञानापेक्षा श्रेष्ठ- कल्पना

प्रश्नांची किमया

> यशस्वी लोक योग्य प्रश्न विचारतात
> परिणामी त्यांना उत्कृष्ट उत्तरं गवसतात
> – अँथनी रॉबिन्स

'**मा**झ्याकडे काही खास क्षमता नाहीये. मी केवळ प्रत्येक गोष्टीबाबत कमालीचा उत्सुक असतो' हे एका अशा व्यक्तिमत्त्वाचे उद्‌गार आहेत, ज्याचं संपूर्ण आयुष्य एक कधीही न संपणाऱ्या तृष्णेसमान होतं. ती व्यक्ती म्हणजे अल्बर्ट आईन्स्टाईन! हे एक असं नाव आहे, ज्या महान व्यक्तिमत्त्वासारखं बनता यावं यासाठी प्रत्येक गणिततज्ज्ञ आणि शास्त्रज्ञ धडपडत असतो.

गणित आणि विज्ञान यांसारख्या कठीण विषयांमध्ये नैपुण्य प्राप्त करण्याची प्रेरणा अवघ्या १० व्या वर्षी, आइनस्टाईन यांना कशी बरं मिळाली असेल? आपल्या समवयस्क मुलांप्रमाणे हिंडण्याफिरण्यात वेळ व्यर्थ न दवडता, विज्ञानातील अनेक गोष्टींचा शोध घेण्यात त्यांना का स्वारस्य असेल? या सगळ्या गहन प्रश्नांचं उत्तर एकच आहे – उत्सुकता... जिज्ञासा!

अल्बर्ट आईन्स्टाईन यांचा जन्म जर्मनीत एक विक्रेता आणि अभियंता असणाऱ्या हर्मन आईन्स्टाईन यांच्या घरात १४ मार्च १८७९ रोजी झाला. त्यांच्या जन्माच्या वेळी,

त्यांच्या डोक्याचा आकार सर्वसामान्य बालकांच्या तुलनेत खूपच मोठा होता. त्यावेळी वैद्यकशास्त्र एवढं पुढारलेलं नव्हतं, की या भल्यामोठ्या डोक्यामागचं कारण शोधून काढू शकेल. मोठं झाल्यानंतर आईन्स्टाईन यांच्याबाबत असं काही वातावरण तयार झालं, की लोक त्यांना असामान्य किंवा मतिमंद मुलगा म्हणून ओळखू लागले.

पाच वर्षांच्या लहानग्या वयात एका छोट्या दिशादर्शकानं त्यांच्या आयुष्यात तीच भूमिका बजावली, जी न्यूटन यांच्याबाबत एका सफरचंदानं निभावली होती. हे दिशादर्शक त्यांना त्यांच्या वडिलांनी उपहारस्वरूप दिलं होतं. हे दिशादर्शक कसंही पकडलं, तरी त्याची सुई नेहमी एकच दिशा दर्शवतं, हीच बाब त्यांच्यावर प्रभाव टाकणारी होती.

मुळातच लाजाळू स्वभावाचे असल्याने, वय वाढल्यानंतरही ते फारसं बोलत नसतं. या अबोल स्वभावामुळं त्यांचे आई-वडील खूप चिंताग्रस्त झाले होते. चार वर्षांचे असताना ते प्रथम बोलायला शिकले पण तेव्हासुद्धा ते स्पष्ट बोलत नसत. अर्धवट शब्दोच्चार करत आणि बहुतेक वेळा शांतच असत. वयाच्या नवव्या वर्षापासून ते नीट बोलू लागले. याबाबत एक रंजक कहाणी आहे. जेवणाची वेळ होती. डायनिंग टेबलवर रात्रीचं भोजन करण्यासाठी ते आपल्या आई-वडिलांसोबत बसले होते. अचानक ते म्हणाले, 'सूप खूपच गरम आहे.' त्यांचे आई-वडील हे उद्‌गार ऐकून आनंदित झाले पण त्यांचा एवढा स्पष्ट आवाज ऐकून ते क्षणभर चमकलेच. मग त्यांनी आपल्या मुलाला विचारलं, 'तू इतके दिवस का बरं बोलत नव्हतास?' यावर आईन्स्टाईन उत्तरले, 'आत्तापर्यंत सगळं काही ठीकठाकच होतं.'

अल्बर्ट आईन्स्टाईन यांना वयाच्या नवव्या वर्षापर्यंत व्यवस्थित बोलण्यास त्रास होत असे. त्यामुळे त्यांना अभ्यासात लक्ष न देणारा मुलगा समजलं जाई. पण ते या शेरेबाजीकडे लक्ष न देता केवळ आपल्या कामामध्ये गढून जात.

शालेय जीवनात आईन्स्टाईन यांची गणना मूर्ख मुलांमध्ये केली जात असे. विशेषतः शिक्षकांना ते अजिबातच आवडत नसत कारण ते गणित आणि विज्ञान सोडून बाकी सगळ्याच विषयात नेहमी नापास होत असत. असे म्हणतात, की गणित विषयसुद्धा त्यांना अवघड जाई. शिवाय शिक्षकांनी त्यांना गणित शिकवण्यास नकार दिला होता. तेव्हा त्यांच्या आईनं घरीच गणित शिकवायला सुरुवात केली आणि मग गणिताची अशी काही गोडी त्यांना लागली, की ते जगातील सर्वांत महान गणिततज्ज्ञ बनले.

सुरुवातीच्या काळात जरी आईन्स्टाईन यांना शाळेत मंदबुद्धी म्हणून संबोधलं जायचं, तरी १० व्या वर्षी अल्बर्ट आईन्स्टाईन यांची गणना शाळेतील हुशार मुलांमध्ये

होऊ लागली आणि आपल्या आवडीच्या विषयात त्यांना चांगले गुणही मिळू लागले.

आईन्स्टाईन ज्या पॉलिटेक्निकमध्ये शिकत, तिथे हर्मन मिनोव्स्की हे गणिताचे शिक्षक होते. त्यांच्या मते आईन्स्टाईन एक अतिशय आळशी विद्यार्थी होते, जे क्वचितच वर्गात उपस्थित राहत असत. याचं कारण असं होतं, की आईन्स्टाईन एक वेगळ्याच धाटणीचे विद्यार्थी होते आणि कोणीच शिक्षक त्यांना नीटपणे ओळखू शकले नाहीत. अन्य शिक्षकांचंसुद्धा त्यांच्याबद्दल चांगलं मत नव्हतं. पॉलिटेक्निकमध्ये त्यांना भैतिकशास्त्राच्या शिक्षकांनी सांगितलं, की तू एक हुशार विद्यार्थी आहेस पण तुझ्यात एक अवगुण आहे आणि तो म्हणजे तू कधी कोणाचं ऐकत नाहीस.

असंही म्हटलं जातं, की आईन्स्टाईन यांना एका शिक्षकांनी शाळा सोडण्याचा सल्ला दिला होता. कारण त्यांना असं वाटत होतं, की आईन्स्टाईनच्या संगतीमध्ये शाळेतील बाकीचे विद्यार्थीदेखील बिघडतील. या सगळ्या कमतरता, बोचरी शेरेबाजी ऐकून आईन्स्टाईन कधीही निराश झाले नाहीत. आयुष्याबाबत त्यांचा आशावाद कुठेही कमी झाला नाही. कारण त्यांनी आपला आत्मविश्वास गमावलेला नव्हता.

ते विश्वविद्यालयातही एकदा अनुर्त्तिण झाले. वास्तविक, गणित आणि भौतिकशास्त्र या विषयात त्यांना चांगले गुण मिळाले होते; पण इतिहास, भूगोल आणि अन्य विषयात ते उत्तीर्णच होऊ शकले नाहीत. २६व्या वर्षी अल्बर्ट आईन्स्टाईन विज्ञान क्षेत्रातील दोन महान शोध घेऊन जगासमोर आले. त्यापैकी एक म्हणजे सापेक्षता सिद्धान्त आणि महत्त्वपूर्ण सूत्र $E = mC^2$. १९०५ हे वर्ष अल्बर्ट आईन्स्टाईन यांच्यासाठी खूप महत्त्वाचं ठरलं. या दरम्यान त्यांनी आपला सिद्धान्त आणि सूत्र यांच्याशी निगडित चार शोधनिबंध प्रकाशित केले.

अल्बर्ट आईन्स्टाईन यांना आपल्या कार्यासाठी अनेक पुरस्कार मिळाले. भौतिक शास्त्रातील नोबेल पुरस्कार, एक मेटेयुक्की पदक, एक कॉप्ली पदक आणि मॅक्स प्लँक पदकदेखील मिळाले. सन १९९९मध्ये टाइम मासिकाने 'शतकातील सर्वांत महान व्यक्ती' म्हणून त्यांचा गौरव केला.

आईन्स्टाईन यांच्या जीवनातून मिळणारा बोध

'स्वप्नं बघण्याची हिंमत दाखवा आणि ती स्वप्नं पूर्ण करा,' हे जणू एखाद्या भाषणात बोलले गेलेले शब्द वाटतात. पण एक प्रकारे ते जीवनातील मोठं वास्तव आहे, जे यशस्वी होण्यामागचं गमकही आहे.

अपयश एक अशी स्थिती असते जेव्हा तुम्ही स्वतःच प्रयत्न करणं बंद करता. तसंच स्वतःमध्ये ध्येय साध्य करण्याची शक्तीच उरलेली नाही, हे मान्य करता.

आईन्स्टाईन यांनी कधीही कोणत्याही विषयावर प्रश्न विचारणं आणि त्या प्रश्नांच्या उत्तरातून पुढील प्रश्न निर्माण करणं बंद केलं नाही. आपल्या संशोधनादरम्यान निर्माण होणारे प्रश्न त्यांनी लिखित स्वरूपात मांडून एक महान कार्य केलं.

इतिहासातील कोणत्याही व्यक्तीच्या आयुष्यपटावर नजर टाकताच दोन गोष्टी प्रकर्षानं जाणवतात. एक म्हणजे भव्य स्वप्नं बघणं आणि दुसरी म्हणजे ती प्रत्यक्षात उतरवणं.

आपल्या एका मुलाखतीत आईन्स्टाईन असं म्हणाले, की कल्पना* करण्याची शक्ती ही प्रत्यक्ष ज्ञानापेक्षा अधिक महत्त्वपूर्ण असते. ज्ञानाला मर्यादा असतात. पण कल्पनेची भरारी अखिल ब्रह्मांडात पोहोचू शकते. कल्पनेला भलेही तुम्ही स्वप्नांचं नाव द्या पण तीच तुमच्या मेंदूला निकोपपणे विकसित होण्यास साहाय्यक ठरते. आपल्या कल्पनेला उंच भराऱ्या घेऊ द्या, खूप प्रश्न मनात येऊ द्या... मग पाहा, त्या प्रश्नांची उत्तरं शोधताना तुम्हाला एका अनोख्या रहस्याचा शोध लागेल.

---

*ध्यानामध्ये 'कल्पना' ही जणू एक बाधाच आहे, मात्र सर्जनशील आणि वैज्ञानिक कामात ती उपयुक्त ठरते.

३

अढळ निश्चय

नावीन्याची ओढ

> अनेक अपयशी लोकांना ही जाणीवच
> होत नाही, की जेव्हा त्यांनी काम सोडून दिलं,
> तेव्हा ते यशाच्या अगदी निकट होते.

१८६३च्या काळात अमेरिकेतील ग्रीनफिल्ड मिशीगन शहरात एका संपन्न शेतकऱ्याच्या घरात एका मुलाचा जन्म झाला. त्याला यंत्रांबद्दल खूप ओढ वाटायची. मुलानं आपल्या पारंपरिक शेतीच्या कामातच लक्ष घालावं अशी त्याच्या वडिलांची इच्छा होती. पण त्या मुलाला तर यंत्रांशी खेळण्यातच आनंद मिळत असे. आईचं निधन झाल्यानंतरही त्यांचं असं म्हणणं होतं, की हे घर आता एखाद्या अशा घड्याळासारखं आहे, ज्यामध्ये मोठा काटाच नाहीये. त्याचं हे वक्तव्य यंत्रांबाबत त्याच्या मनात असलेली तीव्र ओढ प्रकट करणारं आहे. अगदी बालवयातच त्या मुलानं घड्याळातील यंत्रणेवर कौशल्य प्राप्त केलं.

त्याच्या वडिलांची इच्छा होती, की त्यानं पिढीजात शेतीमध्ये लक्ष घालून उदरनिर्वाह करावा. पण त्यानं आपल्या आई-वडिलांना भरवसा दिला की यंत्रांच्या जगात तो काहीतरी चमत्कार घडवून दाखवेल. यंत्रांना समजून घेण्याची एवढी आस त्याच्या मनात होती, की वयाच्या १६ व्या वर्षी तो आपल्या वडिलांची शेती सोडून

डेट्रॉईट शहरात एक शिकावू अभियंता म्हणून काम करू लागला. तिथे मिशिगन कार कंपनीच्या अंतर्गत रेल्वेचे डबे निर्माण करण्यात हातभार लावू लागला. तिथे त्याला यंत्रांबद्दल खूप काही शिकायला मिळालं. पण नवनव्या यंत्रांबाबत अधिकाधिक शिकण्याच्या त्याच्या तीव्र इच्छेने त्याला तिथे स्वस्थ बसवेना. पुढील दोन वर्षे त्यानं विविध ठिकाणी काम करून अवजड यंत्रांबद्दल बरीच माहिती गोळा केली. १८८२ मध्ये आपलं प्रशिक्षण पूर्ण करून अधिक सक्षम होऊन तो आपल्या वडिलांकडे ग्रीनफिल्डला परत आला.

आई-वडिलांचा विश्वास सार्थ ठरविण्यासाठी घरी परतल्यावर त्यानं एक जागा भाड्यानं घेतली आणि तिथे तो वाफेच्या इंजिनाच्या दुरुस्तीचं काम करू लागला. यंत्रांबाबत असलेल्या त्याच्या आकर्षणाने त्यानं खराब झालेल्या यंत्रांच्या सुट्या भागापासून एक नवीन यंत्र तयार केलं. लवकरच १८९१ मध्ये त्याला डेट्रॉईटमधील प्रमुख कंपनी 'एडिसन इल्युमिनेटिंग'मध्ये अभियंता म्हणून कायमस्वरूपी नोकरी मिळाली. आपल्या मेहनतीच्या आणि गुणवत्तेच्या बळावर त्यानं पदोन्नतीही मिळवली. लवकरच त्याला प्रमुख अभियंत्याची श्रेणीही मिळाली.

इतरांसाठी काम केल्यानंतर त्या युवकाला वाटू लागलं, की आता काहीतरी नवीन करून दाखवण्याची वेळ आली आहे. मग नोकरी सोडून त्यांनं स्वतःची कंपनी सुरू करण्याचा निर्णय घेतला.

१८९६ मध्ये त्या युवकानं आपलं स्वप्नं साकार करण्यासाठी 'क्वाड्रिसायकल' नावानं एक मोटार कंपनी स्थापन केली. या कंपनीत तयार होणाऱ्या गाड्यांचा वापर मुख्यत्वे घोडयांचं सामान उचलण्यासाठी व्हायचा. पण अपयशाचा खराखुरा मुकाबला अजून व्हायचा होता. व्यवसाय करण्याचा अनुभव गाठीशी नसल्याची किंमत त्या युवकाला चुकवावी लागली आणि तोट्यात गेलेली त्याची कंपनी बंद पडली. पण तरीही त्या युवकानं हार मानली नाही. त्याचा स्वतःवर विश्वास होता. लवकरच त्यानं आपल्या मेहनतीनं आणखी एक कंपनी सुरू केली; पण तीही फार काळ चालू शकली नाही.

ज्या युवकानं लहानपणीच वडिलांच्या सुस्थापित व्यवसायाला आपल्या छंदापायी धुडकावून लावलं होतं, तो असा सहजासहजी हार मानणार नव्हताच! वडिलांनी आपल्यावर टाकलेल्या विश्वासाचं ऋण त्याला फेडायचं होतं. काही काळानं त्यानं पुन्हा एकदा प्रयत्न केला आणि एका नव्या योजनेचा पाया रोवला. तिसऱ्या प्रयत्नात

म्हणजे जून १९०३ मध्ये तो सुदिन उगवला. त्या दिवसापासून संपूर्ण जग त्या युवकाला 'हेन्री फोर्ड' आणि त्याच्या कंपनीला 'फोर्ड मोटर्स' म्हणून ओळखू लागलं.

१९०३ पासून १९०८ पर्यंत फोर्ड मोटर्सच्या मोटारींनी ९ मॉडेल्स सादर केली, ज्यांना उदंड यश लाभलं. ऑक्टोबर १९०८ मध्ये फोर्डनं आपल्या गाडीचं 'टी मॉडेल' सादर केलं, ज्याची मागणी एवढी प्रचंड वाढली, की नवी नोंदणी त्याला थांबवावी लागली. १९१३ मध्ये फोर्डच्या 'हायलँड पॅक फॅक्टरीनं' जनतेसाठी मोठ्या प्रमाणावर मोटारींचं उत्पादन सुरू केलं. फोर्डने १९०८ ते १९२७ दरम्यान आपल्या टी मॉडेल श्रेणीतील १५ लाख मोटारींचं उत्पादन केलं.

हेन्री फोर्डची अशी धारणा होती- 'जोखीम पत्करायला कधीच घाबरू नका. अपयश हा तर यश मिळविण्यातील फक्त एक अपरिहार्य भाग आहे.'

मननाद्वारे आपल्यातील शक्यता आणि
जगाच्या गरजा आधीच ओळखणं,
हे यशाचं रहस्य आहे.

श्रीमंतीबाबत एक गोष्ट कायम लक्षात ठेवा-
श्रीमंती तुमच्या घरात येऊ द्या
पण तिला कधीही डोक्यावर स्वार होऊ
देऊ नका आणि हृदयात तर तिला
कदापि स्थान देऊ नका.
आलिशान कारमध्ये जरूर बसा; पण स्वतःला
कार समजण्याची चूक करू नका
कारमध्ये बसूनही अहंकारापासून दूर राहा
जर तुम्ही असं करू शकला नाहीत
तर कार 'बेकार' आहे.

४
इच्छा तेथे मार्ग
अपयश एक शक्ती

> ऐकण्यासाठी कान दान करा, सेवेसाठी
> हात दान करा. भक्तीसाठी हृदय दान करा
> आणि यशासाठी अहंकाराचं दान करा

अपयश हेच यशाच्या मार्गावर चालण्यासाठी बळ पुरवेल, असं कधी होऊ शकतं का? होय! असं नक्कीच होऊ शकतं. इतिहासामध्ये ठायीठायी असं घडल्याची उदाहरणं आहेत. आजवर अपयश वाट्याला आल्याने मनुष्यानं आणखी काही संकल्प निश्चित केलेत... अपयशामुळे त्याचे इरादे आणखी मजबूत झालेत. ही वस्तुस्थिती लक्षात ठेवून जर अपयशाशी लढा दिला तर यशश्री मनुष्याच्या गळ्यात माळ घातल्याशिवाय राहणार नाही.

अशाच यशस्वी व्यक्तींच्या मालिकेतील एक नाव, ज्याने समाजातील उपेक्षित परित्यक्ता विधवांना नवजीवन मिळवून दिलं आणि स्वतःच्या पायावर उभं राहण्यासाठी सक्षम बनवलं. विशेषतः महाराष्ट्र हे त्यांचं कार्यक्षेत्र होतं. त्यांचा गुरुमंत्र होता – 'इच्छा असेल तिथे मार्ग गवसतो.'

एकदा आकाशवाणीच्या एका कार्यक्रमात त्यांनी सांगितलं, 'आयुष्यात नवीन मार्ग शोधले म्हणून मी आयुष्याचा आनंद लुटू शकलो.' वास्तविक, भारतीय महिलांच्या

उद्धारामध्येच त्यांचा आनंद सामावलेला होता. ज्या इसमाने स्वतःचं संपूर्ण जीवनच समाजाच्या कल्याणासाठी समर्पित केलं, ज्यानं स्वतःला विसरून कधीही आपल्या आरामाची, मनोरंजनाची पर्वा केली नाही, देशातील अनाथ आणि दलित वर्ग सुखी व्हावा, देश प्रगतीपथावर जावा, ही ज्या व्यक्तीची इच्छा होती त्यांचं नाव आहे, महर्षी डॉ. धोंडो केशव कर्वे.

कधीही हिंमत न हारता, विरोधकांशी लढा देत राहणं... त्याचवेळी स्वतःच्या ध्येयाशी अढळ निष्ठा ठेवणं, या सर्व गोष्टी त्यांना जमल्या तरी कशा? हे आता आपण जाणूया.

बहुतांश वेळा आपल्याला नशिबाला दोष देण्याची आणि संपत्तीच्या कमतरतेची तक्रार करण्याची सवय असते. पण ही एका अशा व्यक्तिमत्त्वाची गोष्ट आहे, जे गरीब घरात जन्माला आले, लहान मुलांच्या शिकवण्या घेऊन त्यांनी स्वतःचं शिक्षण पूर्ण केलं. स्वबळावर भारतीय महिला विद्यापीठाची स्थापना केली. आज ती महाराष्ट्रातील एक महान स्त्रीशिक्षण संस्था आहे. या भव्य संस्थेचा प्रारंभ पुण्यापासून चार मैल दूर हिंगणे नावाच्या गावात एका मोडक्या तोडक्या झोपडीत झाला. तिथे त्यांनी प्रथम एका विधवा महिलेस आश्रय दिला. आजही ती झोपडी एक स्मारक म्हणून जतन करून ठेवण्यात आली आहे.

डॉ. कर्वे यांचं नाव धोंडोपंत आणि त्यांचे वडील केसोपंत. धोंडोपंतांचे वडील संतांसारखं निरिच्छ जीवन जगत असत आणि आई प्रसिद्ध गणितज्ज्ञ कुटुंबातील होती. महाराष्ट्राच्या कोकण प्रांतातील मुरूड गावात त्यांचं बालपण गेलं. डॉ. कर्वे यांचा विवाह १४व्या वर्षी झाला. त्यांची पत्नी राधाबाई तेव्हा आठ वर्षाची होती. त्याकाळी बहुतांश विवाह बालवयातच होत असत आणि त्याचा दुष्परिणाम समाजाला भोगावा लागत असे. स्त्रिया अल्पवयीन असतानाच विधवा होत, जन्माला येणारे संतान कुपोषित, दुबळी असे आणि बहुतांश स्त्रिया तारुण्यात पदार्पण करण्याआधीच वृद्धत्वानं जखडल्या जात.

लहानपणापासूनच कर्वे यांना शिक्षणाची ओढ होती पण पावलोपावली त्यांना अडचणींचा सामना करावा लागला. वयाच्या १८व्या वर्षी ते सहाव्या इयत्तेत शिकत होते. ती परीक्षा देण्यासाठी सुद्धा त्यांना मुंबई किंवा सातारा येथे जावं लागायचं. सातारा त्यांच्या गावापासून शंभर मैलापेक्षाही जास्त दूर होतं. त्यांच्या दोन-तीन मित्रांसह त्यांनी पायीच साताऱ्याची वाट चालायला सुरुवात केली. ती वाट अतिशय बिकट होती.

घनदाट जंगल आणि डोंगर ओलांडून जेव्हा ते साताऱ्यात पोचले तेव्हा मात्र कर्वे यांना परीक्षेस बसण्यास मनाई करण्यात आली. ते शरीराने अगदी दुबळे आणि बुटके असल्याने १८ वर्षांचे वाटत नव्हते. बिचाऱ्या धोंडोपंतांना एवढे कष्ट सोसूनही परीक्षा न देताच निराश होऊन परतावं लागलं. पण त्यांनी धीर सोडला नाही. पुढील वर्षी त्यांनी कोल्हापूरला जाऊन परीक्षा दिली आणि त्यात ते उत्तीर्णही झाले.

कर्वेंच्या अंगी समाजसेवेचा गुण उपजतच होता. ते गावच्या चावडीवर रोज सर्वांना वर्तमानपत्र वाचून दाखवत. त्यांच्या शिक्षकांनी त्यांच्यात उत्तम चारित्र्याचं बीज रुजवलं असल्याने विधवांच्या शिक्षणाचं कार्य ते व्यवस्थितपणे करू शकले.

कर्वे यांना उच्च शिक्षण घेण्याची खूप तळमळ होती. पण मुरूड गावात इंग्रजी शिक्षणाचीही सुरुवात झाली नव्हती. वडिलांची यथाशक्ती आपल्या मुलाला अधिक शिक्षण देण्याची इच्छा होती म्हणूनच त्यांनी कर्वे यांना रत्नागिरीच्या माध्यमिक शाळेत दाखल केलं. पण ते आजारी पडल्याने पुन्हा गावी परतले. तरीही त्यांची पुढे शिकण्याची तीव्र इच्छा होती. त्यामुळेच मुंबईला जाऊन वयाच्या २०व्या वर्षी त्यांनी मॅट्रीक शिक्षणासाठी प्रवेश घेतला आणि २३व्या वर्षी ते मॅट्रीक उत्तीर्ण झाले. २७व्या वर्षी ते बी.ए.ची परीक्षा उत्तीर्ण झाले. आता एवढ्या खडतर प्रवासातून न डगमगता उत्तीर्ण झालेल्या विद्यार्थ्याला किती आनंद झाला असेल याची आपण कल्पनाही करू शकत नाही.

मुंबईतील आयुष्य साधं पण अडचणींनी ग्रासलेलं होतं. त्यावेळी दोन-चार रुपये शिष्यवृत्ती मिळाली, तरी त्यापैकी निम्मी, फी भरण्यातच खर्च होत असे. उरलेला खर्च भागवण्यासाठी ते शिकवण्या घेत असत किंवा अन्य लहानसहान कामंही करू लागले. मात्र एवढे कष्ट सोसूनही त्यांनी धैर्य गमावलं नाही. शिवाय आपल्या निढळाच्या घामातून कमावलेल्या पैशांतून रुपयामागे एक पैसा ते दान करत असत. एकदा तर पै-पै करून जमवलेले तीन रुपये त्यांनी सरळ एका गरिबाला दान करून टाकले.

शिक्षण संपल्यानंतर कर्वे यांनी याच क्षेत्रामध्ये कार्य करायचं ठरवलं. याच सुमारास त्यांच्या प्रिय पत्नी राधाबाई यांचं निधन झाल्याचं कोकणातून पत्र आलं. त्यांच्यावर हा मोठाच आघात होता. वास्तविक, खऱ्या अर्थानं त्यांचं सहजीवन सुरूही झालं नव्हतं. पण हे असह्य दुःखसुद्धा त्यांच्या आयुष्यात एक वरदान घेऊन आलं होतं. आपल्या या दुःखालाच त्यांनी जीवनाचं ध्येय बनवलं. ऐन तारूण्यात कर्वे यांनी विधवा स्त्रियांच्या उद्धारासाठी कार्य करण्याचा निश्चय केला. त्यानंतर आपलं सारं जीवन त्यांनी केवळ

विधवाच नव्हे, तर समस्त स्त्री-जातीच्या कल्याणासाठी वेचलं.

लवकरच कर्वे यांना पुण्यातील फर्ग्युसन महाविद्यालयात गणित विषयाचे प्राध्यापक पदाचं आमंत्रण आलं. या महाविद्यालयीन जीवनानेच पुढे त्यांचा मार्ग आणखी प्रशस्त केला.

त्याकाळी सरकारने विधवांना दुसरा विवाह करण्याची परवानगी दिली होती. विधवांनाही पुनर्विवाहाची संधी मिळायला हवी, अशीच समाजसुधारकांचीही इच्छा होती. परंतु त्यांना समाजाचं भयही सतावत असे. त्यामुळे असं प्रत्यक्षात करण्याचं धाडस कोणीच करत नव्हतं. अखेरीस कर्वे यांनी कोणाशीही सल्लामसलत न करता एका विधवेशी विवाह करण्याचा निर्णय घेतला.

त्यांचा विवाह तर झाला पण त्यांना पाठिंबा देणाऱ्यांपेक्षा समाजात, जातीत आणि त्यांच्या गावात विरोध करणाऱ्यांची संख्या जास्त होती. या विवाहामुळे अवघ्या महाराष्ट्रात मोठं वादळ उठलं. मुरूडवासीयांनी तर त्यांच्यावर बहिष्कारच टाकला. त्यामुळे त्यांना आपले नातलग, आप्त यांची साधी भेट घेणंसुद्धा मुश्किल झालं. पण जेवढा प्रखर विरोध त्यांना होत गेला तेवढ्या अधिक प्रमाणात ते विधवांची मदत करण्यासाठी कटिबद्ध होत गेले. समाजाचा हा धिक्कारच त्यांच्या संकल्पासाठी बळ पुरवू लागला. विधवांची मदत करणं हाच जणू त्यांचा धर्म बनला.

ज्यांनी पुनर्विवाह केले होते, अशा कुटुंबांना कर्व्यांनी सर्वप्रथम एकत्र आणलं. कट्टर समाजाचा निकरानं विरोध करण्यासाठी त्या कुटुंबांना राजी केलं.

अनिष्ट रूढी आणि प्रथांचं निर्मूलन करण्याच्या या चळवळीत फर्ग्युसन महाविद्यालयातील अनेक नामवंत प्राध्यापकांचं प्रोत्साहन त्यांना मिळालं. अखेर पुण्यापासून तीन-चार मैल दूर असलेल्या हिंगणे नावाच्या ठिकाणी त्यांनी अनाथ बालिकाश्रमाची स्थापना एका कच्च्या कुडाच्या झोपडीत केली. आज त्याच जागेवर लाखो रुपयांची गुंतवणूक असलेल्या अनेक भव्य इमारती उभ्या राहिल्या आहेत. मात्र, या इमारतींच्या मध्यभागी ती मूळ झोपडी आजही एक स्मारक म्हणून जतन करण्यात आली आहे.

महाविद्यालयाचं काम संपवून कर्वे पायी चालत आश्रमात जात आणि मुलींची देखभाल करत. या खडतर कार्यासाठी पैशाची आवश्यकता तर होतीच, हळूहळू त्याचीही सोय झाली. कर्वे यांना स्वतःला जे काही उत्पन्न मिळत असे तेसुद्धा आश्रमाच्या कामी

खर्च होत असे. त्यांच्या या त्यागाकडे पाहून अनेक लोकांनी संस्थेला देणग्या देण्यास सुरुवात केली.

आता महिलांसाठी एका अभिमत विश्वविद्यालयाची स्थापना करणं हा त्यांच्यासमोरील पुढील प्रकल्प होता. कर्वे आता अधिक उत्साहानं आणि अधिक तळमळीनं कामाला लागले. त्यांनी आता फर्ग्युसन महाविद्यालयातील नोकरी सोडून दिली. हळूहळू या कार्यात त्यांना जनतेकडून पाठिंबा मिळू लागला.

अतिशय सामान्य परिस्थितीदेखील महर्षी कर्वे यांनी सचोटी, तळमळ आणि संकल्प यांच्या जोरावर हे कार्य पूर्ण केलं. पुढे, उत्तरोत्तर विद्यापीठाचा विस्तार होत गेला.

डॉ. कर्वे यांनी केवळ विधवांसाठीच नव्हे, तर स्त्री-शिक्षणाच्या जोडीलाच हरिजन महिलांच्या उद्धारासाठीसुद्धा अथक प्रयत्न केले. अशा प्रकारे 'इच्छा तेथे मार्ग' या उक्तीला सार्थ ठरवून, वाट्याला आलेल्या प्रत्येक अडथळ्याला दूर सारून ते यशाच्या पायऱ्या चढत शिखरावर पोचले.

'शिकण्याची कला शिका, आपली क्षमता वृद्धिंगत करा', या विचारासह जगल्याने जीवनातील अनेक अडचणी कमी होऊ शकतात.

सर्वांत उल्लेखनीय विजय मिळवणाऱ्यांनी,
विजयापूर्वी, हृदय विदीर्ण करणाऱ्या
समस्यांवर मात केली.

त्यांनी विजय मिळवला,
कारण ते अपयशामुळे कधीही हताश
झाले नाहीत, याला इतिहास साक्षी आहे.

५

कठीण परिस्थितीतही हसत राहा

नि:शब्द विनोद

> आपण स्वतःच आपलं ध्येय ठरवायचं असतं,
> कोणीतरी येऊन आपल्याला उद्दिष्ट ठरवून देईल,
> याची वाट पाहायची नसते. ज्या दिवशी आपल्याला हे
> जमेल, तो आपल्या जीवनातील सोनेरी दिवस असेल.

छोटीशी उंची, मोठ-मोठे बूट, ढगळ पायजमा आणि बारीक मिशी असलेल्या या व्यक्तीला पाहून कोणालाही हसू फुटतं. कोणाचा विश्वास बसेल का, की आपल्या नि:शब्द विनोदातून सर्वांच्या हृदयावर राज्य करणारे चार्ली चॅप्लिन, वास्तव आयुष्यात असंख्य गोष्टींशी संघर्ष करून या टप्प्यावर पोहोचले होते.

चार्ल्स स्पेन्सर चॅप्लिन यांचा जन्म १६ एप्रिल १८८९ रोजी लंडन येथे झाला. चार्लीच्या जन्माच्या वेळी त्यांचे आई-वडील तिथल्याच एका म्युझिक हॉलमध्ये काम करत असत. त्यांची आई हेना एका पादत्राणं तयार करणाऱ्या कारागिराची मुलगी होती आणि संगीताच्या क्षेत्रात ती अगदीच तुटपुंजी कामगिरी करू शकली होती. तर दुसरीकडे चार्लीचे वडिल चार्ल्स चॅप्लिन एक प्रसिद्ध गायक होते.

चार्लीच्या वडिलांनी आपल्या गायकीच्या जोरावर अवघ्या इंग्लंडमध्ये लोकप्रियता मिळवली असली तरी ते व्यसनाधीनही होते. एकेकाळी त्यांच्या आईनं आपला आवाज

गमावला होता आणि त्याचा धक्का सहन न होऊन तिचं मानसिक संतुलन ढळलं होतं. चॅप्लिन यांनी आपल्या जीवनाचा सुरुवातीचा काळ आई-वडील आणि भावासोबत लंडनमध्येच व्यतीत केला. त्यांची आई लहान सहान कामं करून एकटीच आपल्या मुलांचं पालनपोषण करायची. चॅप्लिनचं बालपण अतिशय गरिबी आणि अडचणींना तोंड देतच व्यतीत झालं. पण तीच त्यांच्या जबरदस्त यशस्वी आयुष्याची सुरुवात असल्याचं कोणाला ठाऊक होतं?

चॅप्लिन यांनी जेव्हा आयुष्यात प्रथम सभागृहात कार्यक्रम सादर केला, त्यावेळी ते फक्त पाच वर्षाचे होते. हा कोणताही आशावादी किंवा सुखद योगायोग नक्कीच नव्हता. त्या दिवशी कार्यक्रम सुरू असतानाच, अचानक त्यांच्या आईचा आवाज बसला. अनपेक्षितपणे उद्‌भवलेल्या या धक्कादायक प्रसंगामुळे प्रेक्षकांना शांत ठेवण्यासाठी आणि खुश करण्यासाठी कार्यक्रमाच्या व्यवस्थापकांनी छोट्या चॅप्लिनला व्यासपीठावर उभं केलं. आपल्या आत्मचरित्रात ते सांगतात, 'त्यावेळी मला व्यासपीठाबाबत काहीच माहिती नव्हतं. त्या व्यवस्थापकांनी मला आपल्या प्रेक्षकांना कशा प्रकारे समोरं जायचं तेवढं सांगितलं आणि मग व्यासपीठावर एकटं सोडून दिलं. नाराज झालेल्या प्रेक्षकांना शांत करण्यासाठी मीपण मग तिथे सुरू असलेल्या संगीताच्या तालावर गाणं गायला सुरुवात केली.' सुरुवातीला लोक त्यांच्याकडे रागानं बघू लागले. पण त्यांनी कविता ऐकवत, तसंच आपल्या चांगल्या वर्तनाने आणि निरागसपणाने लोकांचं मन जिंकलं. दुर्दैवानं, ज्या रात्री चॅप्लिन यांचा आवाज प्रेक्षकांपर्यंत पोहोचला, त्याच रात्री त्यांच्या आईने आपला आवाज कायमचा गमावला. तिचा तो परफॉर्मन्स अखेरचाच ठरला.

कालांतरानं पुन्हा एकदा चॅप्लिन लोकांसमोर आले, तेव्हा मधल्या काळात बरीच वर्षे उलटून गेली होती. दरम्यानच्या काळात चॅप्लिनच्या आईला अनेकदा मानसिक समस्यांचा सामना करावा लागला. ते आणि त्यांचा भाऊ एका रुग्णालयातून दुसरीकडे फेऱ्या मारत राहिले. एवढं होऊनदेखील त्यांच्या वडिलांना आपल्या परिवाराची काही काळजी नव्हती.

अत्यंत कठीण प्रसंगांतही हसतमुख राहात, काही काळानं चॅप्लिन पुन्हा एकदा सगळ्यांसमोर आले. मधल्या काळात आपल्या आईकडून शिकलेल्या हास्य-विनोदाच्या कलेवर त्यांनी मेहनत घेतली. आपल्या आगळ्यावेगळ्या ढंगामुळे ते बघता बघता आपल्या शाळेमध्ये लोकप्रिय विद्यार्थी बनले. आपल्या या लोकप्रियतेच्या काळात त्यांनी प्रथमच ग्लॅमरच्या जगात असलेल्या झगमगाटाचा अनुभव घेतला. शिवाय त्या जोडीला त्यांनी

प्रथमच अपयशाची चवसुद्धा चाखली. झालं असं, की शाळेमध्ये नाताळनिमित्त होणाऱ्या संगीत सिंड्रेला नाटकात भाग घ्यायची त्यांची इच्छा होती. पण त्यांची त्या नाटकात निवड झाली नाही. तेव्हा 'लोक अजूनही माझी पुरेशी दखल घेत नाहीयेत,' असंच त्यांना जाणवलं.

गरिबीमुळे वयाच्या सातव्या वर्षीच निर्वासितांच्या कॅम्पमध्ये राहण्यासाठी त्यांची रवानगी झाली. पण नऊ वर्षाचे झाल्यावर ते पुन्हा आपल्या आईजवळ राहायला आले. १८९८ साली त्यांच्या आईला पुन्हा सहकुटुंब त्याच निर्वासितांच्या कॅम्पमध्ये जाऊन राहावं लागलं. त्यांनी आपल्या दोन्ही मुलांना शिक्षणासाठी एका छोट्या शाळेत घातलं. मात्र त्यांच्या आईची प्रकृती दिवसेंदिवस अधिकच बिघडत गेली. वारंवार मानसिक झटके येत राहिल्याने सप्टेंबर १८९८मध्ये हेना यांना मनोरुग्णालयात दाखल करावं लागलं. तिथे त्या सुमारे दोन महिने होत्या. आता दोन्ही मुलांची रवानगी त्यांच्या वडिलांकडे झाली. दोन्ही मुलांची आपल्या वडिलांशी फारशी गट्टी जमली नाही. त्याचबरोबर, त्यांचे वडील व्यसनाधीन असल्याने त्यांनी मुलांना बराच त्रास दिला. जवळपास दोन वर्षांनी वयाच्या ३७ व्या वर्षी मूत्रपिंडाच्या विकारानं चार्लीच्या वडिलांचं निधन झालं. याच दरम्यान हेना चॅप्लिन यांची स्थिती सुधारू लागली होती. पण मे १९०३ मध्ये त्या पुन्हा आजारी पडल्या. चॅप्लिन तेव्हा १४ वर्षांचे होते आणि तेव्हापासून त्यांनी आपल्या आईची देखभाल करण्याची जबाबदारी स्वतः घेतली.

अद्याप त्यांचे मोठे बंधू सिडनी चॅप्लिन नौदलातून परत आले नसल्याने, चार्ली एकटेच राहात होते आणि दोन वेळच्या जेवणाची सोय करण्यासाठी त्यांना इकडेतिकडे भटकावं लागत असे. जवळपास आठ महिन्यांनी त्यांच्या आईची प्रकृती पुन्हा सुधारू लागली; पण मार्च १९०५ मध्ये त्या एवढ्या आजारी पडल्या की त्यातून पुन्हा उठूच शकल्या नाहीत. सन १९२८ साली त्यांचं निधन झालं. पण तरीही चॅप्लिनने जीवनाकडे कधीही पाठ फिरवली नाही.

वडिलांची ओळख असलेल्या एका डान्स ग्रुपमध्ये ते सहभागी झाले. १८९९ ते १९०० सालापर्यंत त्यांच्या या डान्स ग्रुपनं अनेक ठिकाणी दौरे केले. यातूनच त्यांनी आपल्या कारकिर्दीला सुरुवात केली. चॅप्लिन अगदी कसून मेहनत करत. लवकरच ते प्रेक्षकांच्या मर्जीस उतरू लागले. प्रेक्षकांना त्यांचं नाटक तर आवडत असे पण नृत्याला फारशी दाद मिळत नव्हती. तेव्हा त्यांनी आपल्या विनोदी कलेमध्येच संधी शोधण्यास सुरुवात केली.

वयाच्या १३व्या वर्षीच चॅप्लिन यांनी शिक्षणाला पूर्ण रामराम ठोकला होता. त्याऐवजी ते नोकरी शोधण्याच्या खटपटीत गढून गेले. नोकरी करणं हे त्यांना जगण्यासाठी आवश्यक असलं, तरीही त्यांनी कलाकार बनण्याचं स्वप्न नेहमीच उराशी बाळगलं. १४व्या वर्षीच त्यांनी लंडनच्या एका नाटक संस्थेमध्ये आपलं नाव नोंदवलं. त्या नाट्यगृहाच्या मालकानं या मुलांमध्ये असलेली अभिनय प्रतिभा हेरली आणि त्याला आपल्या नाटकात काम दिलं. त्यांची पहिली भूमिका 'रोमान्स ऑफ कोकेनी'मधील 'सेंटबरी व्यायामशाळेत' काम करणाऱ्या एका बातमीदार मुलाची होती. हे नाटक १९०३मध्ये लोकांसमोर आलं. पण लोकांच्या ते अजिबात पसंतीस उतरलं नाही आणि दोन आठवड्यांतच ते डब्यात गेलं. नाटकाला अपयश आलं असलं, तरी त्यातील चॅप्लिनच्या विनोदी अभिनयाला मात्र बऱ्याच लोकांकडून चांगली दाद मिळाली.

इसवी सन १९०३ ते १९०४ पर्यंत चॅप्लिन यांनी सेंटबरीसोबत शेरलॉक होम्सचे निर्माते चार्ल्स फोरमन यांच्यासह अनेक ठिकाणचे दौरे केले. या दौऱ्यांमध्ये त्यांनी तीच भूमिका केली. त्यामुळे त्यांची खूप प्रशंसा आली. आपल्या याच भूमिकेमुळे त्यांना लंडनच्या विल्यम जिलेट यांच्यासोबत काम करण्याचा प्रस्ताव मिळाला. बघता बघता चॅप्लिन कार्यक्रमाचे प्रमुख आकर्षण बनले. जुलै १९०७ पर्यंतचे सगळे नियोजित दौरे जेव्हा त्यांनी संपवले, तेव्हा चॅप्लिन एक लोकप्रिय विनोदवीर म्हणून प्रसिद्ध झाले होते.

१९०८ सालापर्यंत चार्लीचे बंधू सिडनी, फ्रेड कार्नो यांच्या प्रथितयश कंपनीमधील लोकप्रिय कलाकार बनले होते. त्याच वर्षी फेब्रुवारीमध्ये त्यांनी आपला छोटा भाऊ चार्ली याच्या भवितव्यासाठी कसून परिश्रम घेतले. कार्नोला वाटायचं, की हा छोटासा, दुबळा दिसणारा... चेहऱ्यावर नेहमी उदासी पसरलेला... सतत भेदरलेला आणि लाजाळू असलेला हा मुलगा प्रेक्षागृहात लोकांसमोर कसा जाणार आणि काय सादर करून दाखवणार? पण लवकरच त्या मुलानं लंडनच्या एका भव्य प्रेक्षागृहात आपल्या पहिल्याच सादरीकरणात सगळ्यांची मनं जिंकून घेतली. त्या रात्री चार्लीच्या छोट्याशा भूमिकेनं कार्यक्रमाच्या प्रमुख पात्रापेक्षा अधिक जोमदार कामगिरी करून दाखविली आणि प्रेक्षकांकडून कौतुकाचा वर्षाव मिळवला. त्यानंतर लगेचच चार्लीला एक अतिशय चांगलं कॉन्ट्रॅक्टही मिळालं.

चॅप्लिन यांचा अमेरिकेतील दुसरा दौरा तितकासा यशस्वी ठरला नाही. त्यांच्या गटातील बरेचसे सभासद आजारी पडले, ज्यामुळे प्रेक्षकांना पहिल्यासारखी हास्य-विनोदाची मेजवानी मिळू शकली नाही. ते सहा महिने तिथे होते. अशा परिस्थितीत

एखादा मनुष्य निराशेच्या गर्तेत खोल जाऊ शकला असता. पण चॅप्लिन यांनी आपल्या आशेचा धागा घट्ट धरून ठेवला होता. त्याच दरम्यान त्यांना न्यूयॉर्क मोशन पिक्चर कंपनीकडून कामाचा प्रस्ताव आला.

चॅप्लिन सांगतात, की 'त्यावेळी मी प्रत्येक बाबतीत एक वेगळाच प्रयोग करून पाहात होतो. मी एक ढगळ पॅन्ट घातली, अंगात एक घट्ट कोट घातला, छोटीशी टोपी डोक्यावर चढवली आणि मोठे फताडे बूट घातले. मग एक छोटी मिशीसुद्धा लावली. या मिशीमुळे माझं वय मोठं आहे असं तर वाटायला हवं पण माझ्या हावभावात कसलाही फरक पडता कामा नये, अशी माझी इच्छा होती. मला ते कॅरॅक्टर सापडत नव्हतं. पण जेव्हा मी कपडे परिधान केले, तेव्हा त्या कपड्यांनी आणि चेहऱ्यावरील मेकअपने जणू ते पात्र माझ्यामधूनच उपजलं. मी व्यासपीठावर अवतरताच माझ्या आतून ते बाहेर प्रकटलं.'

या नंतर चार्ली जणू त्या कॅरॅक्टरशी एकरूप झाला. त्याचवेळी ते चित्रपटातील आपल्या भूमिकेला अधिक उठावदार बनविण्यासाठी सल्लादेखील देऊ लागले. पण त्यांच्या या सूचनांकडे दिग्दर्शक चक्क दुर्लक्ष करत. त्यामुळे एक दिवस चॅप्लिन यांचं आपले दिग्दर्शक मेबेल नॉरमेंड यांच्याशी जोरदार भांडण झालं. तो वाद एवढा विकोपाला गेला, की करार रद्द करण्यापर्यंत मजल गेली होती. पण चॅप्लिन यांची वाढती लोकप्रियता पाहून, तो वाद मिटवण्यात आला. सिनेटने १५०० डॉलर एवढी रक्कम तारण म्हणून ठेवून घेतली आणि तो चित्रपट पूर्ण केला. त्याचवेळी त्यांनी चॅप्लिनला स्वतःचे चित्रपट काढण्याचा सल्लाही दिला. ही नकारात्मक घटनासुद्धा चार्लीच्या उज्ज्वल भवितव्याचा पाया ठरली.

सन १९१४-१५ दरम्यान आपल्या अनेक विनोदी चित्रपटांसाठी त्यांना कोणतंही श्रेय मिळालं नाही. वास्तविक, तेव्हा कलाकारांना कुठलंही श्रेय न देण्याची फिल्म स्टुडिओची अटच असायची. सन १९१४मध्ये आलेला 'कॉट इन द रेन' हा चॅप्लिन यांनी दिग्दर्शित केलेला पहिला चित्रपट होता, जो 'कीस्टोन स्टुडिओ'चा सर्वाधिक यशस्वी चित्रपट ठरला.

सन १९१५ मध्ये प्रदर्शित झालेल्या 'न्यू जॉब' चित्रपटाच्या वेळी प्रथमच चॅप्लिन यांना श्रेय देण्यात आलं. त्यानंतर चॅप्लिन यांनी चित्रपटसृष्टीमधील आपल्या कामानं, कित्येक वर्षं लोकांच्या हृदयावर एकछत्री राज्य केलं.

कौटुंबिक पाठिंब्याचा अभाव आणि आर्थिक चणचण असतानादेखील चार्ली

चॅप्लिन विनोदाचे अनभिषिक्त सम्राट म्हणून सगळ्यासमोर उभे ठाकले. आपल्या कारकिर्दीच्या सुरुवातीच्या दिवसांत चार्ली यांना कठोर परिश्रम करावे लागले. त्यांनी स्वतःच्या बळावर आपलं ध्येय साध्य केलं. कसलंही प्रशिक्षण नसताना त्यांनी आपल्या कलेमधून लोकांना वेडं केलं. त्यांच्या या कठीण पण यशस्वी जीवनातून आपण सगळ्यांनीच बोध घ्यायला हवा, की यश आपल्यापासून कितीही दूर असो, पण आपल्या इच्छाशक्तीच्या बळावर आपण अपयशाचा सामना करून ते निश्चितच प्राप्त करू शकतो.

अपयश ही यशाच्या शिडीची पायरी आहे.

– जेम्स ॲलन

६

संयम, विश्वास आणि समर्पण

लोकांना ओळखण्याची क्षमता

> संयमात ताकद आहे, संयमात जादू आहे.
> संयम एक अखंड प्रयत्न आहे, प्रहार आहे,
> जो प्रत्येक अडचणीतून तुम्हाला बाहेर काढू शकतो.
> त्यामुळे ध्येयप्राप्ती होईपर्यंत आपला संयम टिकवून ठेवा.

'प्रत्येक मनुष्याच्या अंतर्यामी एकच चैतन्य वसतंय,' यावर ज्याचा दृढविश्वास असतो, तो स्वतःला इतरांहून वेगळा कधीच मानत नाही. मग, हे सर्व ब्रह्मांड एकाच धाग्यानं बांधलेलं आहे,' हे त्याला समजतं. म्हणूनच एखादा मनुष्य जर अयोग्य प्रतिसाद देत असेल, तर तो अजिबात नाराज होत नाही. स्वामी विवेकानंदांचं जीवन याचंच प्रत्यक्ष उदाहरण आहे. संयम, विश्वास आणि समर्पण यांच्या बळावर ते जीवनातल्या अनेक नकारात्मक घटनांना सामोरं जाऊ शकले. याच गुणांमुळे तुमची क्षमता वृद्धिंगत होऊन, अपयशाचा सामना करण्यासाठी तुम्ही सज्ज होता.

एकदा स्वामीजी आणि लल्लूभाई बॉस्टनला जाणाऱ्या गाडीतल्या एका डब्यात शांतपणे बसले होते. लल्लूभाईंना आपल्या कामासोबतच स्वामीजींचीही काळजी वाटत असे. अमेरिकेत त्यांना ज्या प्रकारची वागणूक मिळत होती, त्यामुळे कोणत्याही सामान्य मनुष्याचं मनोधैर्य खचलं असतं. परंतु स्वामीजींनी एका क्षणासाठीही आपला संयम ढळू दिला नव्हता. त्यांचं मन इतकं निर्मळ आणि अकंप झालं होतं, की कोणतीही

घटना त्यांना विचलित करू शकत नव्हती. त्यांच्यासोबत एकामागोमाग एक घटना घडत होत्या, जणू कालीमाता पुन्हा एकदा त्यांची परीक्षा घेत असावी. परंतु स्वामीजींचा निश्चय मात्र अटळ होता. त्यामुळे कोणतीही घटना त्यांच्या मार्गात अडथळे आणू शकली नाही आणि ते निरंतर ध्येयाच्या दिशेनं अग्रेसर राहिले.

पुढे काही घटनांचं वर्णन करण्यात आलंय. या घटना वाचून आपल्यालाही मनाला प्रशिक्षित करण्याची प्रेरणा मिळेल -

एकदा स्वामीजी अमेरिकेत असताना, एक धिप्पाड परंतु रानटी दिसणारा माणूस त्यांच्या जवळून गेला. तो स्वामीजींकडे चमत्कारिकपणे पाहत, चेष्टेच्या सुरात हसू लागला. त्याचा एक मित्रही स्वामीजींना पाहून दुष्टपणे हसू लागला. परंतु लल्लूभाई आणि स्वामीजींकडून काहीच प्रतिक्रिया न उमटल्यानं, ते दोघे निराश होऊन पुढे निघून गेले.

ते दोघं निघून गेल्यावर आणखी एक मनुष्य स्वामीजींसमोर आला. त्यानं तर सरळ स्वामीजींची पगडीच खेचायला सुरुवात केली. स्वामीजींनी आपली पगडी घट्ट धरून ठेवली. मग तो निर्लज्जपणे हसत-हसत पुढे निघून गेला. या प्रसंगातदेखील स्वामीजींचं मन जराही विचलित झालं नाही.

दुसऱ्या एका घटनेत स्वामीजी बॉस्टनच्या पोस्ट-ऑफिसमध्ये भारतातील अलासिंग नावाच्या एका शिष्याला तार पाठवण्यासाठी गेले. तार पाठवून झाल्यावर ते शांतपणे मुक्कामाच्या दिशेनं जाऊ लागले. त्यांना खूपच थंडी वाजत होती. त्यामुळे थंड पडणारे हात एकमेकांवर घासून ते गरम करण्याचा प्रयत्न करू लागले. तितक्यात मागून कोणीतरी त्यांना ढकललं. त्यांनी मागे वळून पाहिलं तर एक मवाली तिथं उभा होता. तो बिनधास्त, आपले घाणेरडे दात विचकत स्वामीजींकडे पाहून हसत होता. त्याचवेळी त्याचा दुसरा साथीदार तिथं आला. त्यानं तर स्वामीजींना चिमटाही काढला.

आता स्वामीजींना कळून चुकलं, त्या लोकांना भांडण सुरू करायला काहीतरी कारण हवं आहे. मात्र स्वामीजींना त्यांच्याशी कुठल्याही प्रकारे वादविवाद करायचा नव्हता. ते गुपचूप वळून, वेगानं मुक्कामाच्या दिशेनं निघाले. ते दोन मवाली मात्र तिथंच उभे राहून जोरजोरात हसत होते. जणू त्यांना स्वामीजींचा अपमानच करायचा होता.

काही वेळानं स्वामीजींनी मागे वळून पाहिलं तर मवाली लोकांची टोळीच त्यांच्यामागे येत होती. ते लोक कोणत्याही क्षणी त्यांच्या अंगावर धावून येण्याच्या बेतात होते. स्वामीजी रस्ता दिसेल तिकडे धावू लागले. मग लोकांची गर्दीही मोठमोठ्यानं

ओरडत त्यांच्या मागे धावू लागली. शेवटी एका गल्लीत वळल्यावर स्वामीजी एका मोठ्या भिंतीमागे लपले. त्या टोळीला ते दिसलेच नाहीत आणि सर्वजण दंगा करत पुढे निघून गेले.

थोड्या वेळानं शांतता पसरल्यावर स्वामीजी पुन्हा बाहेर रस्त्यावर आले. आकाशाकडे पाहून ते म्हणाले, ''ही कसली परीक्षा घेतो आहेस ईश्वरा?''

तिसऱ्या घटनेत स्वामीजींना धर्मसभेचे अध्यक्ष डॉ. बैरोज यांच्या कार्यालयात जायचं होतं, पण नेमका तो पत्ता त्यांच्याकडून हरवला. स्वामीजींनी विचार केला, आता सारी शिकागोनगरीच पायी फिरावी आणि समोर दिसणाऱ्या प्रत्येक दारावर टकटक करून विचारावं. स्वामीजींना ईश्वराच्या दिव्य योजनेवर पूर्ण विश्वास होता. कारण ईश्वराची इच्छा नसती, तर त्यांच्याकडून डॉ. बैरोजांचा पत्ता कसा हरवला असता? शिवाय त्यांच्याजवळ जे थोडेफार पैसे होते, तेही कसे बरे हरवले असते?

स्वामीजी रेल्वेच्या यार्डातून बाहेर आले. समोर दिसणाऱ्या पहिल्याच मनुष्याला त्यांनी विचारलं, ''धर्मसंसदेचं कार्यालय कुठे आहे, हे आपण सांगू शकाल का?'' त्या मनुष्याच्या कपाळाला आठी पडली.

स्वामीजींना ''अरे काळ्या...'' असं म्हणून तो चालता झाला.

स्वामीजी पाहतच राहिले. मग त्यांचं लक्ष स्वतःच्या वेशभूषेकडे गेलं. त्यांचा भगवा झगा खूपच मळला होता. त्यांच्या डोक्यावरची पगडी इथल्या लोकांना एक विचित्र वस्तू वाटायची. त्यांचा रंगही सावळा होता आणि अनेक दिवसांपासून त्यांनी दाढीही केली नव्हती. असा गबाळा वेश पाहून त्यांना कोणीही 'सभ्य गृहस्थ' म्हटलं नसतं. त्यामुळे त्यांनी रस्त्यावरील एखाद्या माणसाला कार्यालयाचा पत्ता विचारण्याचा विचारच रद्द केला.

पुढे रस्त्यात जे पहिलं घर दिसलं, त्याचं फाटक त्यांनी उघडलं. ते आत प्रवेश करणार, इतक्यात घरातून एकजण धावत बाहेर आला. त्यानं स्वामीजींना खूपच असभ्यपणाची वागणूक दिली आणि धक्के मारत फाटकाबाहेर हाकललं.

मग स्वामीजींना तिथं उभं राहणं अनावश्यक वाटू लागलं. ही मातेचीच इच्छा असावी असं समजून ते पुढे निघाले. दुसऱ्या एका घरापाशी ते येऊन थांबले. एका साध्याशा दिसणाऱ्या महिलेनंच दरवाजा उघडला. पण स्वामीजी काही म्हणणार, इतक्यात स्वामीजींना पाहून ती ओरडतच आत पळून गेली. ती खूपच घाबरली होती. त्यामुळे

स्वामीजींनाही तिथं फार काळ थांबणं योग्य वाटलं नाही. 'इथून आपल्याला काही साहाय्य मिळू नये' अशीच मातेची इच्छा असावी, असं स्वामीजींना वाटलं. स्वामीजींना तर मातेच्या इच्छेविरुद्ध कोणतंही कार्य करायचं नव्हतं.

बराच वेळ पायी चालून स्वामीजी थकले होते आणि त्यांना खूप भूकही लागली होती. मग भिक्षा मागण्याच्या हेतूनं ते एका दारासमोर उभे राहिले. मात्र दरवाजा उघडणारा माणूस त्यांच्या अंगावर जोरात खेकसला, त्यानं स्वामीजींना जवळजवळ बाहेरच ढकललं.

एवढा सर्व प्रकार घडल्यानंतरही स्वामीजींनी कुणाच्याही वर्तणुकीचं वाईट वाटून घेतलं नाही किंवा कोणाला उलट उत्तरही दिलं नाही. ते शांतपणे तिथून पुढं निघाले. ते विचार करत होते, हा देशही कालीमातेचाच आहे खरा, परंतु भारतापेक्षा खूपच वेगळा आहे. भारतामध्ये फारशी श्रीमंती नसली, तरी कोणीही मनुष्य उपाशी राहत नाही. एखादा सर्वसामान्य मनुष्यही भुकेल्या माणसाला आपल्याजवळचं थोडं अन्न तरी नक्कीच देतो. याउलट अमेरिका एक धनाढ्य देश असला, तरी इथं दानाची परंपराच नाही, गोरगरिबांबद्दल सहानुभूती नाही आणि संन्याशांविषयी आदरही नाही. पण एक संन्यासी तर भिक्षेवरच अवलंबून असतो ना! आता जर मातेची इच्छा असेल तर भिक्षा मिळेल; अन्यथा जे होईल त्याला सामोरं जाऊया.

स्वामीजी असा विचार करत-करत रस्त्यानं चालत होते. त्यांनी दार वाजवून कोणाला पत्ता विचारण्याचंही साहस केलं नही. 'आता माता जे पाठवेल तेच खाऊया आणि ती जिथं पाठवेल, तिथं जाऊया' असा निर्धार त्यांनी केला. पूर्णपणे मातेच्याच सूचनेवर अवलंबून राहण्याचं त्यांनी ठरवलं. ते नुसतेच रस्त्यावरून फिरू लागले. आपण कुठं चाललोय, याचंही त्यांना भान नव्हतं. पण एके ठिकाणी आल्यावर मात्र ते अचानकपणे थांबले. आता ते खूपच थकल्याने एक पाऊलही पुढं टाकणं त्यांना कठीण झालं होतं. म्हणून ते रस्त्याच्या कडेला असलेल्या एका दगडावर विसावले.

शेवटी कालीमातेनं त्यांचं गाऱ्हाणं ऐकलं. काही वेळानं समोरच्या घरातून एक महिला स्वामीजींकडे आली. ती त्या घराची मालकीण होती. तिनं स्वामीजींना विचारलं, "तुम्ही धर्ममहासभेचे प्रतिनिधी आहात का?" स्वामीजींना जणू त्या महिलेत साक्षात कालीमातेचंच दर्शन घडलं. त्यांनी त्या महिलेला आत्तापर्यंत आलेल्या सर्व समस्या सविस्तर सांगितल्या. त्या महिलेचं नाव होतं, श्रीमती जॉर्ज डब्ल्यू. हेल. त्या शिकागोमधल्या प्रतिष्ठितांपैकी एक होत्या. त्यांनी स्वामीजींना आपल्या घरात बोलावलं, त्यांना भोजन दिलं आणि त्यांच्या आरामाचीही व्यवस्था केली. स्वामीजींचा आराम

झाल्यानंतर त्या स्वामीजींना धर्ममहासभेच्या कार्यालयात घेऊन गेल्या आणि डॉ. बैरोजांशी त्यांची भेटही घडवून आणली.

या भेटीनंतर स्वामीजींना कोणत्याही प्रमाणपत्राशिवाय हिंदू धर्माचे प्रतिनिधी म्हणून स्वीकारण्यात आलं. तसंच श्रीमती जॉन बी. ल्योन्स यांच्या घरात त्यांच्या राहण्याची सोयदेखील करण्यात आली. पुढे हेल परिवार आणि ल्योन्स दांपत्य आजीवन स्वामीजींचे मित्र बनले. यातूनच कालीमाता आपल्याला मार्ग दाखवते आहे, हा विश्वास स्वामीजींच्या मनात दृढ झाला.

या घटनांमधून स्वामीजींच्या अंतर्यामी असणारे धैर्य, अकंप-खंबीर मन आणि ईश्वरावरील अतूट विश्वास, हे सर्व गुण प्रकर्षानं दिसून येतात. या गोष्टी आजच्या युवा पिढीला प्रेरणादायक आहेत. याच गुणांमुळे मान-अपमान यांचा सामना करत त्यांनी प्रत्येक कार्य यशस्वीपणे पार पाडलं.

अखेर शिकागोच्या धर्ममहासभेत 'माझ्या भगिनी आणि बंधूंनो...' म्हणत स्वामीजींनी भाषणाला सुरुवात केली आणि टाळ्यांच्या कडकडाटात ते सभागृह दुमदुमलं. कितीतरी टाळ्यांचा कडकडाट होत होता. या यशस्वी भाषणानंतर, अमेरिकेत सर्वत्र स्वामीजींचं नाव गाजलं. पाहता-पाहता, हजारो लोक त्यांचे शिष्य बनले. स्वामीजींनी आपल्या व्याख्यानांतून सिद्ध केलं, 'हिंदू धर्मामध्ये सर्व धर्मांना सामावून घेण्याची क्षमता आहे. भारतीय संस्कृती कोणाचीही निंदा करत नाही.' अशा प्रकारे, स्वामी विवेकानंदांनी साता समुद्रापलीकडे भारतीय संस्कृतीची ध्वजा फडकावली.

स्वामी विवेकानंद अमेरिकेत आठवड्याला १२ ते १४ भाषणं देत असत. कित्येकदा त्यांना वाटायचं, की बरंच काही सांगून झालंय, आता कोणत्या विषयावर बोलावं, आणखी पुढे काय सांगावं, या विचारात ते असायचे. परंतु त्यांनी लोकांसमोर जाऊन बोलायला सुरुवात करताच त्यांची ओघवती वाणी बराच काळ अखंड सुरू राहायची. लोकांसमोर जाण्यापूर्वी आता ते काय बोलणार आहेत, हे त्यांना स्वतःलादेखील माहिती नसायचं. ते लोकांना संबोधित करत असताना स्वतःही आपलं बोलणं ऐकत असतं. कारण त्यांच्यासाठीदेखील हे एक आश्चर्यच होतं.

आपण जे काही करत आहोत, त्यानं काय होणार, या विचाराने स्वामीजी एके दिवशी खूपच उदास झाले. स्वामीजींचे विचार तर लोकांना आवडायचे. हे ऐकून लोकांना जोशही यायचा, परंतु काही काळानं ते पुन्हा पहिल्यासारखेच होऊन जात. म्हणून पुढे स्वामीजींनी काही निवडक लोकांवर नियोजनबद्ध कार्य केलं. त्यांना दीक्षा दिली आणि

जिथे लोक ध्येयानं प्रेरित होऊन उत्साहानं सत्याचं कार्य करू शकतील अशा स्थानांची निर्मिती केली. अशा प्रकारे विवेकानंदांनी अनेक समस्यांवर मात करून विश्वात सत्याचा प्रसार केला. शिवाय सर्वांसाठी ते प्रेरणा बनले.

※ ※ ※

हे पुस्तक वाचल्यानंतर आपला अभिप्राय कृपया या पत्त्यावर अवश्य पाठवा.
Tej Gyan Global Foundation,
Pimpri Colony Post Office,
P. O. Box 25, Pune - 411 017. Maharashtra (India).

शेष भाग

प्रस्तुत पुस्तकात या लोकांशी आपली भेट झाली आहे.

एक अल्प परिचय
सरश्री

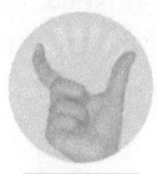

स्वीकार मुद्रा

सरश्रींचा आध्यात्मिक शोधाचा प्रवास त्यांच्या बालपणापासूनच सुरू झाला होता. हा शोध सुरू असतानाच त्यांनी अनेक प्रकारच्या पुस्तकांचं अध्ययन केलं. त्याचबरोबर या शोधकाळात त्यांनी अनेक ध्यानपद्धतींचा अभ्यासही केला. त्यांच्यातील या जिज्ञासेने त्यांना अनेक वैचारिक आणि शैक्षणिक संस्थांमध्ये जाण्यासाठी प्रेरित केलं. जीवनाचं रहस्य समजण्यासाठी त्यांनी **प्रदीर्घ काळ मनन करून आपलं शोधकार्य सातत्याने सुरू ठेवलं.** या शोधातूनच त्यांना 'आत्मबोध' प्राप्त झाला. आत्मसाक्षात्कारानंतर त्यांना जाणवलं, की **अध्यात्माचा प्रत्येक मार्ग ज्या शृंखलेने जोडलेला आहे, तो म्हणजे 'समज' (Understanding).** आत्मबोधप्राप्तीनंतर त्यांनी अध्यापनाचं कार्य थांबवलं आणि जवळ जवळ दोन दशकांहूनही अधिक काळ आपलं समस्त जीवन मानवजातीच्या कल्याणासाठी आणि आध्यात्मिक विकासासाठी अर्पण केलं.

सरश्री म्हणतात, ''सत्यप्राप्तीच्या सर्व मार्गांचा प्रारंभ जरी वेगवेगळ्या मार्गांनी होत असला, तरी सर्वांचा अंत मात्र एकच समज प्राप्त केल्याने होतो. ही **'समज'च सर्व काही असून ती स्वतःमध्ये परिपूर्ण आहे.** आध्यात्मिक ज्ञानप्राप्तीसाठी या 'समजे'चं श्रवणच पुरेसं आहे.'' ही समज प्रकाशमान करण्यासाठी आजपर्यंत त्यांनी **आध्यात्मिक विषयांवर तीन हजारांहून अधिक प्रवचनं दिली आहेत.** या प्रवचनांद्वारे ते अध्यात्मातील अतिशय गहन संकल्पना सहज, सुलभ आणि व्यावहारिक भाषेत समजावून सांगतात. समाजातील प्रत्येक स्तरावरील मनुष्य सरश्रींद्वारे सांगितल्या जाणाऱ्या या समजेचा लाभ घेऊ शकतो.

ही समज प्रत्येकाला आपल्या अनुभवातून प्राप्त व्हावी, यासाठी सरश्रींनी **'महाआसमानी परमज्ञान शिबिर'** आणि त्यासाठी आवश्यक असणारी कार्यप्रणाली (सिस्टिम) तयार केली. **तिचा लाभ आज लाखो लोक घेत आहेत.** या प्रणालीला आय.एस.ओ. (ISO 9001:2015) प्रमाणपत्रही लाभलंय. या प्रणालीमुळेच अनेकांना

सत्यमार्गावर वाटचाल करण्याची प्रेरणा मिळाली आहे. या समजेचा प्रचार आणि प्रसार करण्यासाठी त्यांनी 'तेजज्ञान फाउंडेशन' या आध्यात्मिक संस्थेचा पाया रचला. '**हॅपी थॉट्सद्वारे उच्चतम विकसित समाजाची निर्मिती करणे,**' हेच या संस्थेचं मुख्य उद्दिष्ट आहे.

विश्वातील प्रत्येक मनुष्य आज सरश्रींच्या मार्गदर्शनाचा लाभ घेऊ शकतो. त्यासाठी कोणत्याही धर्म, जात, उपजात, वर्ण, पंथ वा लिंग यांचं बंधन नसतं. विश्वाच्या प्रत्येक कानाकोपऱ्यांतील लोक आज 'तेजज्ञान'च्या अनोख्या ज्ञानप्रणालीचा (System for Wisdom) लाभ घेत आहेत. याच व्यवस्थेचा आणखी एक महत्त्वपूर्ण भाग म्हणजे, **दररोज सकाळी आणि रात्री ९ वाजून ९ मिनिटांनी लाखो लोक विश्वशांतीसाठी प्रार्थना करत आहेत.**

बेस्ट सेलर पुस्तक 'विचार नियम' शृंखलेचे रचनाकार म्हणूनही सरश्रींना ओळखलं जातं. **केवळ पाच वर्षांच्या कालावधीत या पुस्तकाच्या १ कोटीपेक्षा अधिक प्रती** वितरित झाल्या आहेत. याशिवाय आजवर त्यांनी विविध विषयांवर **१०० हून अधिक पुस्तकं लिहिली** आहेत. त्यांपैकी 'विचार नियम', 'स्वसंवाद एक जादू', 'शोध स्वतःचा', 'स्वीकाराची जादू', 'निःशब्द संवाद एक जादू', 'संपूर्ण ध्यान' इत्यादी पुस्तकं बेस्ट सेलर झाली आहेत. ही पुस्तकं दहापेक्षा अधिक भाषांमध्ये अनुवादित असून, पेंगुइन बुक्स, हे हाउस पब्लिशर्स, जैको बुक्स, मंजुळ पब्लिशिंग हाउस, प्रभात प्रकाशन, राजपाल ॲण्ड सन्स, पेंटागॉन प्रेस आणि सकाळ प्रकाशन इत्यादी प्रमुख प्रकाशन संस्थांद्वारे ती प्रकाशित झाली आहेत.

तेजज्ञान फाउंडेशन परिचय

तेजज्ञान फाउंडेशन आत्मविकासातून आत्मसाक्षात्कार प्राप्त करण्याचा एक मार्ग आहे. यासाठी सरश्रींद्वारा एक अनोखी बोधप्रणाली (System for Wisdom) निर्माण झाली आहे. या प्रणालीला आंतरराष्ट्रीय प्रमाणपत्राद्वारे ISO 9001:2015च्या आवश्यकतेनुसार आणि निकष पडताळून सरळ, व्यावहारिक आणि प्रभावी बनवलं गेलं आहे.

या संस्थेच्या प्रबोधनपद्धतीच्या भिन्न पैलूंना (शिक्षण, निरीक्षण आणि गुणवत्ता) स्वतंत्र गुणवत्ता परीक्षकांद्वारे (Quality Auditors) क्रमबद्ध पद्धतीने पडताळलं गेलं. त्यानंतर या पैलूंना ISO 9001:2015साठी पात्र समजून या बोधपद्धतीला हे प्रमाणपत्र प्रदान करण्यात आलं.

या फाउंडेशनचे लक्ष्य आहे नकारात्मक विचारांकडून सकारात्मक विचारांकडे वाटचाल. सकारात्मक विचारांकडून शुभ विचारांकडे म्हणजे हॅपी थॉट्सकडे प्रगती. शुभ विचारांकडून निर्विचार अवस्थेकडे मार्गक्रमण आणि निर्विचार अवस्थेच्या अंती आत्मसाक्षात्कार प्राप्ती. 'मी सर्व विचारांपासून मुक्त व्हावे' हा विचार म्हणजे शुभ विचार (हॅपी थॉट्स). 'मी प्रत्येक इच्छेपासून मुक्त व्हावे', अशी इच्छा म्हणजे शुभ इच्छा.

तेजज्ञान म्हणजे ज्ञान व अज्ञान या दोहोंच्या पलीकडचे ज्ञान. पुष्कळ लोक सामान्य ज्ञानाच्या (General Knowledge) माहितीलाच ज्ञान मानतात. परंतु अस्सल ज्ञान आणि नुसती माहिती यांत फार मोठे अंतर आहे. आजमितीला लोक सामान्य ज्ञानाच्या उत्तरांनाच जास्त महत्त्व देतात. अशा ज्ञानाचे विषय म्हणजे कर्म आणि भाग्य, योग आणि प्राणायाम, स्वर्ग आणि नरक इत्यादी. आजच्या युगात सामान्यज्ञान प्राप्त करणारे लोक, शिक्षक मोठ्या प्रमाणावर आहेत; परंतु हे ज्ञान ऐकून जीवनात परिवर्तन घडून येत नाही. असे ज्ञान म्हणजे केवळ बुद्धिविलास आहे किंवा अध्यात्माच्या नावावर चाललेला बुद्धीचा व्यायाम आहे.

सर्व समस्यांवरील उपाय आहे तेजज्ञान. क्रोध, चिंता आणि भय यांपासून मुक्त जीवन म्हणजे तेजज्ञान. शारीरिक, मानसिक, सामाजिक, आर्थिक आणि आध्यात्मिक प्रगतीचा, सर्वांगीण प्रगतीचा मार्ग आहे तेजज्ञान. तेजज्ञान आपल्या अंतरंगात आहे. येथे या आणि या गोष्टीचा अनुभव घ्या.

आपल्याला असे ज्ञान हवे आहे, की जे सामान्य ज्ञानापलीकडे आहे, जे प्रत्येक समस्येवरील उत्तर आहे, जे प्रत्येक समजुतीपासून, गृहीत धारणांपासून आपल्याला मुक्त करते, ईश्वरी साक्षात्कार घडविते, अंतिम सत्यात स्थापित करते. आता वेळ आली आहे शाब्दिक, सामान्यज्ञानातून बाहेर येऊन तेजज्ञानाचा अनुभव घेण्याची!

आजवर जप-तप, तंत्र-मंत्र, कर्म-भाग्य, ध्यान-ज्ञान, योग-भक्ती असे अनेक मार्ग अध्यात्मात सांगितले आहेत. या सर्व मार्गांनी प्राप्त होणारी अंतिम समज, अंतिम ज्ञान, बोध एकच आहे. अंतिम सत्याच्या शोधकाला, साधकाला शेवटी जी एकच 'समज' प्राप्त होते, ती 'समज' श्रवणानेसुद्धा प्राप्त होऊ शकते. अशा समजप्राप्तीसाठी श्रवण करणे यालाच तेजज्ञान प्राप्त करणे

म्हटले गेले आहे. तेजज्ञानाच्या श्रवणाने सत्याचा साक्षात्कार घडतो, ईश्‍वरीय अनुभव मिळतो. हेच तेजज्ञान सरश्री महाआसमानी शिबिरात प्रदान करतात.

महाआसमानी परमज्ञान
शिबिर परिचय आणि लाभ (निवासी)

तुम्हाला सर्वोच्च आनंद हवाय? असा आनंद, जो कोणत्याही बाह्य कारणावर अवलंबून नाही... जो प्रत्येक क्षणी वृद्धिंगत होतो. या जीवनात तुम्हाला प्रेम, विश्‍वास, शांती, समृद्धी आणि परमसंतुष्टी हवी आहे का? शारीरिक, मानसिक, सामाजिक, आर्थिक आणि आध्यात्मिक अशा आयुष्याच्या सर्व स्तरांवर यशस्वी होण्याची तुमची इच्छा आहे का? 'मी कोण आहे' हे तुम्हाला अनुभवाने जाणावंसं वाटतं का?

तुमच्या अंतर्यामी अशा सर्व प्रश्‍नांची उत्तरं जाणण्याची इच्छा आणि 'अंतिम सत्य' प्राप्त करण्याची तृष्णा असेल, तर तेजज्ञान फाउंडेशनतर्फे आयोजित 'महाआसमानी शिबिरा'त तुमचं स्वागत आहे. हे शिबिर सरश्रींच्या मार्गदर्शनावर आधारित आहे. सरश्री, आजच्या युगातील आध्यात्मिक गुरू असून, ते आजच्या लोकभाषेत अत्यंत सहजपणे आध्यात्मिक समज प्रदान करतात.

महाआसमानी परमज्ञान शिबिराचा उद्देश : विश्‍वातील प्रत्येक मनुष्यानं 'मी कोण आहे', या प्रश्‍नाचं उत्तर जाणून तो सर्वोच्च आनंदाच्या अवस्थेत स्थापित व्हावा, हाच या शिबिराचा मुख्य उद्देश आहे. प्रत्येकाला असं ज्ञान प्राप्त व्हावं, जेणेकरून त्यानं प्रत्येक क्षणी वर्तमानात जगण्याची कला आत्मसात करावी. तो भूतकाळाचं ओझं आणि भविष्याची चिंता यांतून मुक्त व्हावा. प्रत्येकाच्या आयुष्यात कधीही न संपणारा आनंद आणि योग्य समज यावी. शिवाय, प्रत्येकानं समस्या विलीन करण्याची कला आत्मसात करावी. थोडक्यात, मनुष्यजन्माचा उद्देश सफल व्हावा, हाच या शिबिराचा उद्देश आहे.

'मी कोण आहे? मी येथे का आहे? मोक्ष म्हणजे काय? या जन्मातच मोक्षप्राप्ती शक्य आहे का?' असे प्रश्‍न जर तुमच्या मनात असतील, तर त्यांवरील उत्तर आहे- 'महाआसमानी परमज्ञान शिबिर'.

महाआसमानी परमज्ञान शिबिराचे मुख्य लाभ : वास्तविक या शिबिराचे लाभ तर असंख्य आहेत; पण त्यांपैकी मुख्य लाभ पुढीलप्रमाणे- *जीवनात शक्तिशाली ध्येय निश्‍चित होतं *'मी कोण आहे' हे अनुभवाने जाणता येतं (सेल्फ रियलायजेशन) *मनाचे सर्व विकार विलीन होतात. *भय, चिंता, क्रोध, बोरडम, मोह, तणाव या नकारात्मक बाबींतून मुक्ती * प्रेम, आनंद, मौन, समृद्धी, संतुष्टी, विश्‍वास अशा दिव्य गुणांशी युक्ती * साधं, सरळ पण शक्तिशाली जीवन जगता येतं * प्रत्येक समस्येचं निराकरण करण्याची कला प्राप्त होते * 'प्रत्येक क्षणी वर्तमानात जगणं' हा तुमचा स्वभाव बनतो * आपल्यातील सर्व सकारात्मक शक्यता खुलतात * याच जीवनात मोक्षप्राप्ती होते

महाआसमानी परमज्ञान शिबिरात सहभागी कसं व्हाल? या शिबिरात सहभागी होण्यासाठी तुम्हाला खालील बाबींची पूर्तता करायची आहे- १) तुमचं वय कमीत कमी अठरा किंवा त्यापेक्षा अधिक असायला हवं. २) सर्वप्रथम तुम्हाला 'सत्य-स्थापना' (फाउंडेशन ट्रुथ रिट्रीट) शिबिरात सहभागी व्हावं लागेल. या शिबिरात, तुम्ही प्रामुख्यानं दोन बाबी शिकाल- प्रत्येक क्षणी वर्तमानात जगण्याची कला कशी आत्मसात करावी आणि निर्विचार अवस्था कशी प्राप्त करावी. ३) प्राथमिक स्तरावर तुम्हाला काही प्रवचनं ऐकायची असून, त्यांतून तुम्ही मूलभूत समज आत्मसात कराल आणि महाआसमानी शिबिरात प्रवेश करण्यासाठी तयार व्हाल.

हे शिबिर साधारणपणे एक-दोन महिन्यांच्या अंतराने आयोजित करण्यात येतं. यात हजारो सत्यशोधक सहभागी होतात. या शिबिराची तयारी दोन पद्धतींनी करू शकता. पहिली पद्धत- मनन आश्रम, पुणे येथे ५ दिवसीय शिबिरात भाग घेऊ शकता. दुसरी पद्धत- तेजज्ञान फाउंडेशनच्या जवळच्या सेंटरवर जाऊन सत्यश्रवणाद्वारेही करू शकता. महाराष्ट्रात अहमदनगर, सातारा, औरंगाबाद, नाशिक, नागपूर, वर्धा, अमरावती, चंद्रपूर, यवतमाळ, कोल्हापूर, सांगली, रत्नागिरी, लातूर, बीड, नांदेड, परभणी, पनवेल, मुंबई, ठाणे, सोलापूर, पंढरपूर, जळगाव, अकोला, बुलढाणा, धुळे, भुसावळ आणि महाराष्ट्राबाहेर सुरत, अहमदाबाद, बडोदा, नवी दिल्ली, बेंगलुरू, बेळगाव, धारवाड, रायपूर, भुवनेश्वर, कोलकाता, रांची, लखनौ, कानपूर, चंदीगढ, जयपूर, चेन्नई, पणजी, म्हापसा, भोपाळ, इंदोर, इटारसी, हर्दा, विदिशा, बुऱ्हाणपूर या ठिकाणी महाआसमानी शिबिराची पूर्वतयारी करू शकता.

तेजज्ञान फाउंडेशनमध्ये उपलब्ध असणाऱ्या सरश्रीलिखित पुस्तकांचं वाचन करून तुम्ही या शिबिराची पूर्वतयारी करू शकता. याशिवाय, तुम्ही रेडिओ किंवा यू ट्युबवरील सरश्रींच्या प्रवचनांचा लाभही घेऊ शकता. पण लक्षात घ्या, पुस्तकांतील ज्ञान, रेडिओ आणि यू ट्युबवरील प्रवचनं म्हणजे 'तेजज्ञानाची तोंडओळख' आहे; 'संपूर्ण तेजज्ञान' मुळीच नाही. तुम्ही महाआसमानी शिबिरात सहभागी होऊनच तेजज्ञानाचा आनंद घेऊ शकता. तेव्हा आगामी महाआसमानी शिबिरात सहभागी होण्यासाठी आजच संपर्क करा- 09921008060/75, 9011013208

महाआसमानी परमज्ञान शिबिरस्थान : हे शिबिर पुण्यातील मनन आश्रम येथे आयोजित केलं जातं. येथे तुमच्या निवासाची आणि भोजनाची व्यवस्था केली जाते. तुम्हाला काही शारीरिक व्याधी असतील आणि त्यासाठी जर तुम्ही नियमितपणे औषधं घेत असाल, तर शिबिरात येताना ती सोबत बाळगावीत. शिवाय, वातावरणानुसार गरम कपडे, स्वेटर, ब्लँकेटही आणावं.

पुणे शहरापासून १७ किलोमीटर अंतरावर अत्यंत निसर्गरम्य परिसरात मनन आश्रम वसलेला आहे. आश्रमात महिला आणि पुरुष यांच्या निवासाची स्वतंत्र व्यवस्था असून येथे जवळपास ८०० लोकांच्या राहण्याची व्यवस्था आहे. आपण हवाईमार्ग, हायवे किंवा रेल्वे अशा कोणत्याही मार्गाने पुण्यात येऊ शकता.

मनन आश्रम : मनन आश्रम, पुणे, सर्व्हे नं. ४३, सणस नगर, नांदोशी गाव, किरकटवाडी फाटा, तालुका- हवेली, जिल्हा-पुणे-४११०२४. फोन : 09921008060

'सरश्री' द्वारे रचित इतर पुस्तकं

पृष्ठसंख्या : १५२
मूल्य : ₹ १४०

Also available in Hindi

विकास नियम
आत्मसंतुष्टीचं रहस्य

विकास नियमांनुसार, 'प्रत्येक प्राणिमात्रात सर्वोच्च क्षमता आणि शक्यता असतातच, फक्त त्या क्षमता आणि शक्यता सुप्तावस्थेत असतात.' या क्षमता तेव्हाच पूर्णतः खुलतात, जेव्हा आपण स्वतःच्या गुणांचा, कौशल्यांचा विकास करतो. 'विकास नियम' या पुस्तकात स्वतःचा 'संपूर्ण विकास' कसा साधावा, याचं रहस्य सामावलंय. सवयी बदला-स्वतःला दिशा द्या, अखंड विकास, नात्यांचा विकास, आर्थिक विकासाची गुरुकिल्ली, शारीरिक विकासाच्या पायऱ्या, मानसिक विकासाची सूत्रे आणि आध्यात्मिक विकासासाठी कोणती पावले उचलावीत, या आणि अशा अनेक विषयांवर मार्गदर्शन करणारं हे पुस्तक प्रत्येकानं वाचायलाच हवं.

पृष्ठसंख्या : १९२
मूल्य : ₹ २१०

Also available in Hindi & English

संपूर्ण सफलतेचं लक्ष्य
अपूर्व यशाची गुरुकिल्ली

या पुस्तकाद्वारे आपल्याला 'महासफलतेचं' दर्शन घडत आहे. मूळ सफलता, मूलभूत सफलता आणि महासफलता या प्रवासात आपल्या जीवनाचा प्रत्येक कोपरा उजळून काढणाऱ्या दिव्य प्रकाशाची प्राप्तीच आपल्याला होणार आहे. आयुष्याच्या प्रत्येक पैलूवर काम करून सजगपणे या महासफलतेचा अनुभव घ्यायला हे पुस्तक आपल्याला शिकवतं. अशक्य वाटणाऱ्या गोष्टी सहज सुलभ करून आपल्या समोरचा मार्ग उजळून टाकेल. हे पुस्तक आपल्याला आयुष्याच्या प्रत्येक पैलूवर काम करून सजगपणे या महासफलतेचा अनुभव घ्यायला शिकवतं. अशक्य वाटणाऱ्या गोष्टी सहज सुलभ करून आपल्या समोरचा मार्ग उजळून टाकतं.

तेजज्ञान इंटरनेट रेडिओ

तेजज्ञान इंटरनेट रेडिओद्वारे २४ तास ३६५ दिवस, सरश्रींच्या प्रवचन आणि भजनांचा लाभ घ्या. त्यासाठी पाहा लिंक –
http://www.tejgyan.org internetradio.aspx

विविध भारती F.M. वर दर रविवारी
सकाळी १०:०५ ते १०:१५ वा.

नोट : *या कार्यक्रमांच्या वेळेत बदल झाल्यास नोंद ठेवावी.*

www.youtube.com/tejgyan च्या साहाय्यानेदेखील
सरश्रींच्या प्रवचनांचा लाभ घेऊ शकता.
For online shoping visit us - www.tejgyan.org,
www.gethappythoughts.org

आपणास हवी असलेली पुस्तकं घरपोच मिळण्यासाठी मनीऑर्डर पाठवा.
ही पुस्तकं आमच्या खर्चाने रजिस्टर्ड पोस्ट, कुरिअर आणि व्ही.पी.पी.द्वारे पाठवली जातील. त्यासाठी खालील पत्त्यावर संपर्क साधावा.

वॉव पब्लिशिंग्ज् प्रा. लि.

*रजिस्टर्ड ऑफिस : E- 4, वैभव नगर, तपोवनमंदिराजवळ, पिंपरी, पुणे –४११०१७

* पोस्ट बॉक्स नं. ३६, पिंपरी कॉलनी, पोस्ट ऑफिस, पिंपरी–पुणे – ४११०१७

फोन नं. : 09011013210 / 9623457873

आपण पुस्तकांची ऑर्डर ऑनलाईनही देऊ शकता.

लॉग इन करा – www.gethappythoughts.org

५०० रुपयांहून अधिक किमतीची पुस्तकं मागवल्यास १०% सूट मिळेल आणि डिलिव्हरी फ्री.

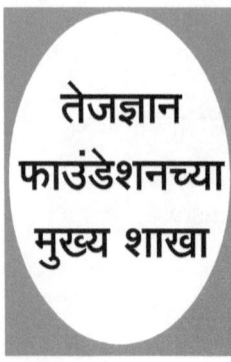

तेजज्ञान फाउंडेशनच्या मुख्य शाखा

- **पुणे :** (रजिस्टर्ड ऑफिस)
  विक्रांत कॉम्प्लेक्स, तपोवन मंदिराजवळ,
  पिंपरी, पुणे : 411 017.
  फोन : (020) 27412576, 27411240
- **मनन आश्रम :**
  सर्व्हे नं. ४३, सणस नगर, नांदोशी गांव,
  किरकटवाडी फाटा, तालुका : हवेली,
  जि. पुणे: 411 024. फोन : 09921008060

---

e-books

The Source • Complete Meditation • Ultimate Purpose of Success • Enlightenment • Inner Magic • Celebrating Relationships • Essence of Devotion • Master of Siddhartha • Self Encounter and many more.
Also available in Hindi at gethappythoughts.org

Free apps

U R Meditation & Tejgyan Internet Radio on all platforms like Android, iPhone, iPad and Amazon

e-magazines

'Yogya Aarogya' & 'Drushtilakshya'
emagazines available on www.magzter.com

e-mail

mail@tejgyan.com

Website
www.tejgyan.org, www.gethappythoughts.org

*** नम्र निवेदन ***

विश्वशांतीसाठी लाखो लोक दररोज सकाळी आणि रात्री ९:०९ मिनिटांनी प्रार्थना करत आहेत. कृपया, आपणही यामध्ये सहभागी व्हा.

www.ingramcontent.com/pod-product-compliance
Lightning Source LLC
LaVergne TN
LVHW040145080526
838202LV00042B/3034
* 9 7 8 8 1 8 4 1 5 5 7 9 2 *